நிலையான மக்களாட்சி, கடைசி குடிமகனுக்கும்
சுதந்திரம் அளித்திட்ட ஈடில்லா
அரசியல் சாசனத்தின் தந்தையே உம்மை
வணங்கும் கடமையை நினைவில்
நிறுத்தி, என் சிரம் தாழ்த்திட
வெளி கொணரும் எனது 32வது படைப்பு

P.M.பிரித்விகுமார்
எனது குருவிற்கு பெருவணக்கம்

லஞ்சம் மற்றும் ஊழல் ஒழிப்பு
பாகம் 1

Published 21st April 2025

வழக்கறிஞர் **வி.ர.சதீஷ்குமரன்,** M.A., B.L. PGDBL.
உயர்நீதிமன்றம், சென்னை

SRM PRINTERS & PUBLICATIONS
PHONE : 79047 44705
email:srmpublicationchennai@gmail.com

மண்ணில் புதைந்து இருப்பது
மரத்தின் வேர்கள்,
என் உள்ளத்தில் புதைந்து இருப்பது
என் அன்னையின் அன்பு
என்றென்றும் என் அம்மாவின்
ஆசியுடன்...

லஞ்சம் மற்றும் ஊழல் ஒழிப்பு
பாகம் 1

வழக்கறிஞர்
வி.ர.சதீஷ்குமரன், M.A., B.L. PGDBL.
உயர்நீதிமன்றம், சென்னை

அச்சு வடிவமைப்பு: நடராஜன் துரைசாமி
அலைபேசி: 7092205713,
மின்னஞ்சல்:dnrajan1976@gmail.com

Published 21st April 2025
SRM PRINTERS & PUBLICATIONS
CHENNAI -600064.
PHONE : 79047 44705
email:srmpublicationchennai@gmail.com

ஆசிரியர் உரை

வழக்கறிஞர் **வி.ர.சதீஷ்குமரன்,** M.A., B.L. PGDBL.
உயர்நீதிமன்றம், சென்னை

லஞ்சமும், ஊழலும் தொன்று தொட்ட பழக்க, வழக்கமாக சிலர் நினைத்து கொண்டு அதனை தைரியமாக வாங்கி வருகின்றனர். லஞ்ச, ஊழல் வழக்குகளில் சிக்கிய பிறகு நான் யார் தெரியுமா? என்று பேசிவிட்டு, அதன்பின் ஊமை குத்து வாங்கிவிட்டு கமுக்கமாக பலரும் நகர்ந்து விடுகின்றனர். பின் விளைவுகளைப் பற்றி அறியாததலேயே பலரும் அசாத்தியமாக லஞ்சம் கேட்டு பெற்று கொண்டிருக்கும் சுழ்நிலைகளுக்கு முக்கிய காரணமாக இருக்கின்றது.

தற்போதைய சூழலில் குற்றங்களை கட்டுப்படுத்த தமிழக காவல் துறையில் உள்ள காவல் துறையினரின் எண்ணிக்கையை இரண்டு மடங்கு அதிகரிக்க வேண்டும் ஏனெனில் மொத்தம் ஒரு லட்சத்து முப்பதாயிரம் காவர்களே உள்ளனர் என தெரிய வருகிறது, அதே போல நீதிமன்றங்களையும் நீதிமன்ற ஊழியர்களையும் அதிக படுத்திட வேண்டும். இதை விட குற்றங்கள் குறைய சிறந்த தீர்வு என்பது சட்ட விழிப்புணவுதான் இதனை செய்தால் ஆட்களை அதிகரிக்க வேண்டாம், மாறாக ஆட்களை குறைக்கும் நிலை ஏற்படும் வாய்ப்பு உண்டாகும். குற்றங்கள் நிச்சயம் குறைந்திடும்.

பெரியவர்கள், அனுபவசாலிகள் பின்வரும் தலைமுறையினருக்கு அறிவுரை வழங்குவார்கள். ஆனால், லஞ்சம், ஊழல் குற்ற வழக்குகளில் சிக்கியவர்கள், சின்னா, பின்னம் ஆன உண்மைக் கதைகளை வெளியில் அறவே சொல்லுவதில்லை என்பதே நிதர்சனமான உண்மை. பல்வேறு வெளிப்படைத்தனமான உண்மைகளுடன் நாட்டின் நலன் கருதி எனது இந்நூல் நமக்காக..

மதிப்புரை

எட்டாக்கனி இந்நூலின் மூலம் எட்டிய கனியாகி உள்ளது என இந்நூலை படித்த பின்னர் எனக்கு தோன்றியது. நோய் வராமல் தடுக்கும் அறிவுரை பலகைகள் என்பது, நோய் வந்தபின் சிகிச்சைக்கு செல்லும் போதே மருத்துமனைகளில் பார்க்க முடிகிறது. வருமுன் காப்போம் என்கிற சொல் மருத்துவம் சார்ந்த விழிப்புணர்விற்கு தாரக மந்திரமாக உள்ளது.

இந்நூலில் உள்ள பல வெளிப்படையான தகவல்கள் என்பது கிடைப்பதற்கு அரிய அரசு வேலையை எவ்வாறு தக்க வைத்துக் கொள்வது என்பதை பற்றிய விழிப்புணர்வு தகவல்களை அடக்கியுள்ளது. இணைய தளம் என்பது படிப்பறிவு இருக்கும் பலருக்கும் கூட பயன்படுத்திட முடியாத சூழலும் உள்ளது. அரசின் லஞ்ச, ஊழல் ஒழிப்புத்துறை அதிகாரப் பூர்வ லஞ்ச, ஊழல் இணைய தள பக்கங்களையும் தொகுத்து வழங்கியிருப்பது என்பது பாராட்டுதலுக்குரிய செயலே ஆகும். அனைவரும் குறிப்பாக அரசுப் பணியாளர்கள் அனைவரும் படிக்க வேண்டிய பொக்கிஷமான நூல், இந்நூல் என்பதில் ஐயமே இல்லை. வாழ்த்துக்கள்

இப்படிக்கு
அயன்புரம் டாக்டர் ஆர்.பாபு, BBA, LLB.
பொது செயலாளர்
(TNPPLAW Society)

வழக்கறிஞர் வி.ர.சதீஷ்குமரன்
சிட்லபாக்கம்

அணிந்துரை

வரம் கொடுத்தவர் தலையிலேயே கூட கை வைக்க முடியும் என்கிற ஒரு சூழல் என்பது சட்டப்படி சாத்தியம் என்பதை இந்நூலில் உள்ள தகவல்களை, உண்மை சம்பவங்களை படித்திடும் போது தெரிய வருகின்றது. மனித உரிமை மீறல் புகார்கள் பெருகுவதற்கு அடித்தளமாக விளங்குவதே லஞ்சமும், ஊழலும் தான் என்பதையும் இந்நூல் விளங்க வைக்கிறது.

புகார்கள் கொடுத்தால் லஞ்சம் வாங்கிக் கொண்டு, புகார் கொடுத்தவரே மிரட்டப்படுகிறார். சட்ட விழிப்புணர்வு இருந்தால், இவருக்கு சட்டம் பற்றி நன்கு தெரிகிறது எனவே, இவரிடம் வம்பு வைத்துக் கொள்ளக் கூடாது என பலரும் சட்டபடி நடந்து கொள்ள சட்ட விழிப்புணர்வு அவசியம் என்கின்ற ஆசிரியரின் கொள்கை, கோட்பாடு மிகவும் பாராட்டத்தக்க விஷயமாக உள்ளது. நல்லவனாகவும், வல்லவனாகவும் இருந்தால் மட்டும் போதாது பாமர மக்களுக்கும் சட்டமும் தெரிந்திருக்க வேண்டும் என்கிற நிலைப்பாட்டை சொல்லும் இந்நூலுக்கு எனது செம்மார்ந்த நன்றிகள்.

இப்படிக்கு
கார்த்திக்
குரோம்பேட்டை

பொதுவுரை

"Know Law Know Life"
No Law No Life"

நேற்று இயற்றப்பட்ட சட்டமாக இருந்தாலும் கூட நம் நாட்டு குடிமகன்கள் ஒவ்வொருவரும் அச்சட்டத்தை நிச்சயம் தெரிந்து வைத்திருக்க வேண்டும். நேற்று வந்த சட்டம் ஆகவே இன்று எனக்கு அதைப் பற்றி தெரியாது. எனவே, நான் அபராதம் செலுத்த மாட்டேன் எனச் சொல்லி தப்பிக்கவும் முடியாது. பாவம் பார்த்து அபராதம் விதிக்கும் அதிகாரி நம்மை விட்டால் லாபம்.

நம் நாட்டில் அமுலில் உள்ள ஒவ்வொரு சட்டத்தையும் ஒவ்வொரு குடிமகனும் தெரிந்து வைத்திருக்க வேண்டும் என்பது சட்டமாக இல்லையென்றாலும், அது சட்ட விதியாக இருக்கின்றது. எனவே, அனைவரும், சட்டவிழிப்புணர்வு பெறும் வண்ணம் நம் அரசு நல்வாய்ப்பினை ஏற்படுத்தி தர வேண்டும். ஆரம்பக் கல்வி முதலே அடிப்படை சட்டக் கல்வியை முக்கிய பாடமாகவோ அல்லது துணைப்பாடமாகவோ வைத்திட வேண்டும். தமிழக அரசு சட்டங்கள், அரசாணைகள், அறிவிப்புகள், மத்திய அரசால் இயற்றப்பட்ட சட்டங்கள் போன்றவை தாய்மொழியாம் நம் தமிழ் மொழியில் சுலபமாக கிடைத்திடும் வண்ணம் அரசு ஏற்பாடுகளை செய்து தந்திடல் வேண்டும்.

வழக்கறிஞர்
வி.ர.சதீஷ்குமரன், M.A., B.L. PGDBL.
உயர்நீதிமன்றம், சென்னை

குற்றம் சுமத்துபவனே, அக்குற்றத்தை நிரூபித்தாக வேண்டும்

இனிவரும் நூல்களிலும் இந்த தலைப்பு கொண்ட பக்கம் தொடரும். மேற்சொன்ன தலைப்பிற்கான அர்த்தத்தை முழுமையாக உள்வாங்கிக் கொண்டு புரிந்து வைத்தாலே போதும், பல்வேறு பிரச்சனைகளுக்கு தீர்வு கிடைத்துவிடும். சாட்சி, ஆதாரம், சந்தர்பங்கள் போன்றவற்றையும் குற்ற நிகழ்விடம், நாள், நேரம் போன்றவற்றையும் சரியாக நாம் குறிப்பெடுத்து வைத்தும், வீடியோ, ஆடியோ எடுத்து வைத்தும், எவராலோ தாக்கப்பட்டு, தாக்கப்பட்டால் உடனடியாக மருத்துவரிடம் சென்ற பின்னர், காவல் நிலையத்தில் புகார் அளித்தும், இல்லையேல் தாமாகவோ அல்லது வழக்கறிஞர் மூலமாகவோ நேரடியாக புகாரை நீதிபதி அவர்களின் முன்பும் உரிய ஆதாரங்களுடன் சமர்ப்பிக்கலாம். ஆனால், புரிதல் என்னவெனில், காவலர்கள் வழக்கு பதிவு செய்தால், நீதிமன்றத்தில் அவர்களே நடந்த குற்றத்தை நிரூபிக்க வேண்டும்.

அதே போல் நாம் நேரடியாக கிரிமினல் வழக்கு போட்டால் குற்றத்தை நாம் தான் நிரூபித்தாக வேண்டும். காவல் நிலையத்தில் பல புகார்கள் வழக்காக பதிவாகாது. ஏனெனில் அவர்களால் குற்றத்தை நீதிமன்றத்தில் நியாயமான சந்தேகங்களுக்கு இடமின்றி நிரூபித்து குற்றவாளிக்கு தண்டனை பெற்று தர முடியாது. தற்காலிகமாக குற்றம் செய்தவரை அப்போது மட்டுமே சிறைக்கு அனுப்ப முடியும். குற்றவாளி பிணையில் வந்த பிறகு நடக்கும் வழக்கே கூட ஆதாரம் இல்லையேல் வழுக்கி சென்று விடும்.

குற்றப்பத்திரிக்கை லஞ்சம்

குற்றங்கள் குறைய தண்டனைகள் கடுமையாக்க, குற்றங்கள் குறையும் என்கிற சினிமா பாணியிலான டயலாக் என்பது வீணான பேச்சாகும். ஆனால், உண்மையான நிலை என்னவெனில் குற்றங்கள் குறைய வேண்டுமெனில் முதலில் குற்றப்பத்திரிக்கை உரிய காலத்தில் தாக்கல் செய்யப்பட வேண்டும். அவ்வாறு தாக்கல் செய்தாலே FIR க்கு பின் குற்ற வழக்கு நீதிமன்ற விசாரணைக்கு வரும். அவ்வாறு நீதிமன்ற விசாரணைக்கு குற்றவாளிகள் தொடர்ந்து ஆஜராகும் போது குற்றம் செய்யும் எண்ணங்கள் வராது. நடைமுறையில் குற்றப்பத்திரிக்கை உடனடியாக தாக்கல் செய்ய லஞ்சம், தாமதமாக குற்றப்பத்திரிக்கை தாக்கல் செய்ய லஞ்சம். A1 முக்கிய குற்றவாளியை பிந்திய A2, A3 குற்றவாளியாக்கிட லஞ்சம், குற்றப்பிரிவுகள் IPC சட்டப்பிரிவுகளை சுலபமாக தப்பிக்கும் வகையில் போட்டிட லஞ்சம், என கேள்வி கேட்பாரற்று நீதி ஸ்தம்பித்து நிற்பதே இந்த அவலநிலைக்கு முக்கிய காரணமாகும். லஞ்ச ஒழிப்புத்துறையில் கூட சிலர் காவல் துறையிடமும், பதிவுத்துறையிடம் லஞ்சம் வாங்கும் பட்சத்தில் எவ்வாறு லஞ்சம், ஊழல் ஒழியும். அனைவருக்கும் சட்டக் கல்வியே அனைத்து பிரச்சனைகளுக்கும் நிரந்தர தீர்வாகும் என்பதே உண்மை.

வழக்கறிஞர் வி.ர.சதீஷ்குமரன்
சிட்லபாக்கம்

3 நாளில் சேவை, 3 மாதம் கடந்த சேவை

அரசு ஊழியர் ஒருவர் தனது கடமையை செய்ய அல்லது செய்யாமல் இருக்க என கையூட்டு பெறுவதை ஊழல் என சொல்லப்படுகிறது. ஒருவர் அரசு சேவைகளை பெறுவதற்கு விண்ணப்பிக்கிறார் என வைத்துக் கொள்வோம். உதாரணமாக வாரிசு சான்று நகல் கோரி விண்ணப்பிக்கும் போது, விண்ணப்பிக்கும், விண்ணப்பதாரரின் விண்ணப்பத்தை கையூட்டு பெற்றுக் கொண்டு அந்த ஆவணத்தை பரிசீலனை செய்யும் நபர்கள் உடனடியாக கையெழுத்து போட்டும், உத்தரவுகளை பிறப்பித்தும் 3 நாட்களில் வாரிசு சான்றிதழ் கொடுத்து விடுகிறார்கள்.

அதன் பின் அனைத்து ஆவணங்களும் சரியாக இருந்து மற்றொருவருக்கு ஏதோ ஒரு காரணத்தை சொல்லி மாதக் கணக்கில் சான்றிதழ் கொடுக்காமல் இழுத்தடிக்கிறார் என வைத்துக் கொண்டேமேயானல் இதற்கு நீதிமன்றம் சென்று நிவாரணம் கோரலாம். நீதிமன்றம் செல்லும் போது அரசு தரப்பில் காரணங்கள் சொல்லப்பட்டு தாமதம் ஆகலாம். அதன்பின் நிவாரணம் கிடைத்து விடும்.ஏன் அவருக்கு மட்டும் 3 நாளில் சான்றிதழ் கொடுக்கப்பட்டது என கேட்க

சட்டத்தின் படி நீதிமன்றத்தில் கேட்பது முடியாது, சான்றிதழை சீக்கிரம் கொடுத்தது நல்லது தானே என்பதே அதன் அர்த்தமும், புரிதலும் ஆகும்.

லஞ்சம் ஒழிய, லஞ்ச நடவடிக்கைகள் பற்றிய விழிப்புணர்வும், லஞ்ச புகாருக்கு பிறகு Promotion, Increment போன்றவை தடைபடும் என்கிற விஷயங்கள் லஞ்சம் பெற நினைப்பவர்கள் உணர வேண்டும்.

RTO, SRO
வருவாய்துறை, காவல்துறை

RTO அலுவலகத்தில் வாகன லைசென்ஸ், வாகன பதிவு அது, இது என மக்கள் வெள்ளம் எப்போதும் இருக்கும். அதே போல சொத்து வாங்குவது, விற்பது அது, இதுவென சார் பதிவாளர் அலுவலகமும் மக்கள் வெள்ளத்தால் சூழ்ந்தே இருக்கும். பட்டா, சிட்டா, அடங்கல், பிறப்பு, இறப்பு, வாரிசு சான்றிதழ் என வருவாய் துறையிலும் மக்கள் எப்போதும் காத்துக் கொண்டே இருப்பார்கள். பணம் ஆயிரக்கணக்கிலும், லட்சக்கணக்கிலும், கோடி கணக்கிலும் தினந்தோறும் புழங்கும் துறையான இம்மூன்று துறைகளிலும் பிரேக் இன்ஸ்பெக்டர், OA, சார்பதிவாளர், VAO, RI, தாசில்தார் என யார் பெயரில்

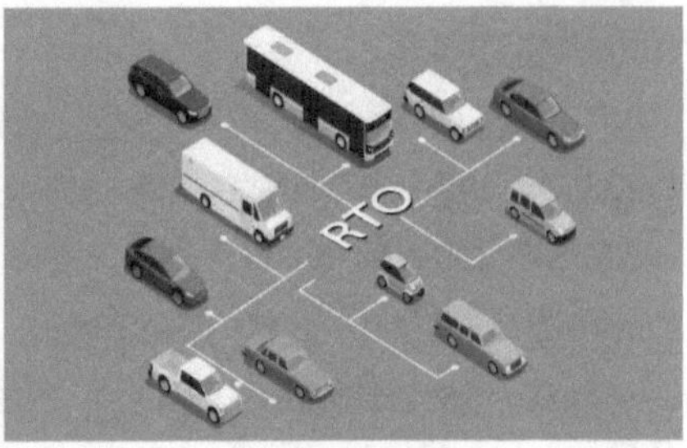

லஞ்சப் புகார் வந்தாலும், வெற்றிலை, பாக்கு, இனிப்பு, பழம் என கொடுத்து வரவேற்று புகார்களை பெற்று அவர்கள் மீது நடவடிக்கைகள் எடுக்கப்பட்டு விடும், மேற் சொன்னவர்களே அதிகம் பேர் அடிக்கடி லஞ்ச புகார்களில் சிக்கி கொள்வார்கள்.

மேற் சொன்ன மூன்று துறைகள் போக பலரும் பயப்படும் காவல் துறையினரும் கூட அவ்வப்போது லஞ்சம், ஊழல் புகார்களில் சிக்கிக் கொண்டு தனது நல்வாழ்வை கேள்வி குறியாக்கிக் கொள்கிறார்கள்.

தற்கொலை செய்து கொண்டு உயிரையே மாய்த்துக் கொள்ளும் நிலை

லஞ்சம், ஊழல் புகார்களில் சிக்கிக் கொண்ட பிறகு யாரும் காப்பாற்ற முடியாது என்பது தெரியாமல் பலர் இன்னும் இது போன்ற குற்றங்களில் ஈடுபட்டுக் கொண்டு தான் இருக்கிறார்கள்.

ஆனால், வசமாக சிக்கிக் கொண்ட பின்னர் கைது, சிறை, ஒழுங்கு நடவடிக்கை, பணி நீக்கம், பதவியிறக்கம் போன்ற பிரச்சனைகளில் சிக்கி தவிக்கும் போது தான் ஏண்டா அரசு வேலைக்கு வந்தோம் என எண்ணும் அளவிற்கு நிலைமை சென்று சிலர் புகார்களில் சிக்கியதுமே தற்கொலை செய்து கொள்வதும், வழக்கு விசாரணை முடியும் முன்னர், நிச்சயம் சிறைவாசம் தான் என்பது தெரிந்துமே

தற்கொலை செய்து கொள்ளும் நிலையும் அதிகம் உள்ளது.

எனவே, யாருடைய பின்னணியில் இருந்தாலும் நேர்மையில்லாத, நியாயமில்லாது முறையில் இன்னும் வேணும், வேணும் என சேர்த்துக் கொண்டே சென்றால் சுதந்திரத்தையும், மானத்தையும் இழந்து உலகத்தை விட்டே செல்ல வேண்டிய நிலைமை தான் ஏற்படும்.

டிஜிட்டல் உலகில் தீர்பை விலைக்கு வாங்கினாலும் தண்டனை உறுதியாகும்

பொதுவாக ஆட்சியில் இருக்கும் அமைச்சர்கள் மீதும் ஆகப்பெரும் ஆளுங்கட்சியினர் செய்யும் ஊழல்கள் மீதும் ஊழல் புகார்கள் வருவதிலும், பதிவதிலும் சுணக்கம் இருப்பது இயல்பான ஒன்றாக இருக்கின்றது. ஆளுங்கட்சியின் அமைச்சர்கள் மற்றும் பொறுப்பில் உள்ள கட்சியினர் செய்த இமாலய ஊழல்கள் என்பது, ஆட்சி மாற்றம் ஏற்பட்ட பின்னர் தான் அதிக கவனம் பெறப்பட்டு வழக்கு பதியப்படும்.

அப்போது எக்காரணம் கொண்டும் செய்த ஊழலில் இருந்து தப்பிவிட கூடாது என்பதற்காக உரிய உண்மை சாட்சியங்கள். ஆவண சான்றுகள் போன்றவை தீவிரமாக சேகரிக்கப்பட்டு வழக்கு பதிவாகும். இது போன்ற சூழலில் பெரும்பாலும் என்ன தான் செய்தாலும் குற்றவாளியை தப்பிக்க வைப்பது என்பது கடினமாகும். உறுதி செய்யப்படும் தீர்ப்பை எதிர்த்து மேல் முறையீடு செய்து காலத்தை

கடத்திக் கொள்ளலாமே தவிர தண்டனையில் இருந்து தப்பிப்பது மிக, மிக கடினம்.

அனைத்தும் டிஜிட்டல் மயம் சாட்சியங்களை கலைக்க முடியாது

2024ம் ஆண்டு ஜூலை 1ற்கு பிறகு இப்போதெல்லாம் சாட்சி ஆவணங்கள், FIR, குற்றப்பத்திரிகை உள்ளிட்ட ஆவணங்களை ஸ்கேன் செய்யும் நடைமுறைகள் உள்ளதால் சாட்சி ஆவணங்களை வெளியில் எடுப்பது, ஆவணங்களை அழித்து விடுவது, போன்ற நிலைமைகள் ஏற்படும் வாய்ப்புகள் மிக, மிக குறைவு. எனவே, இந்த ஸ்கேன் செய்யும் முறைகளால் குற்றம் செய்துவிட்டு தப்பித்துக் கொள்ளலாம் என நினைப்பவர்கள், பணம் இருந்தால் எதையும் விலைக்கு வாங்கிவிடலாம் என நினைப்பவர்களின் பகல் கனவுகள் அனைத்தும் கானல் நீரைப் போன்றே ஆகிவிடும்.

CM, PM, அமைச்சர்கள் IAS, IPS என ஆளும் வர்க்கமே கண்டால் அலறும் துறை என்றால் அது “ஊழல் தடுப்பு மற்றும் கண்காணிப்பு துறையே”

நமக்கு மேல் கடவுள் ஒருவர் இருக்கின்றார். சட்டத்துக்கு தெரியாத பல உண்மைகளும் நிச்சயம் கடவுளுக்கு தெரியும் என்பதை மறந்து, அடுத்த நொடி

நமது உயிர் நமக்கு இருக்குமா என்பதையெல்லாம் கூட நினைத்து பார்க்காமல் உயர் பதவியில் இருக்கும் மேற்சொன்ன யாராக இருந்தாலும் லஞ்சம், ஊழல் செய்திருந்தால் இத்துறை தன்னை நெருங்கினால் அஞ்சி நடுங்குவார்கள். ஆட்சியில் இருக்கும் போது ஆடினாலும், ஆட்சி மாறியதும் சிக்கிக் கொள்வார்கள். லஞ்சம் மற்றும் ஊழல் குற்றங்களில் சிக்கிக் கொள்ளும் யாருக்கும் மேற்சொன்ன முக்கிய விஐபிக்கள் பரிந்துரை செய்வதை 99.99% சதவிகிதம் தவிர்த்து விடுவார்கள் என்பதே உண்மையாகும்.

FIR போட்டுவிட்டு வந்து அரசு ஊழியர்களை கைது செய்திட முடியும்

மேற் சொன்ன விஐபிக்கள் யாராகினும் இத்துறை யிடம் வசமாக சிக்கிக் கொண்டால் பொறியில் சிக்கிய எலியாக தப்பிக்கவே முடியாது.

காவல்துறை யாரை வேண்டுமானாலும், ஏன் சில நேரங்களில் தவறே செய்யாதவராக இருப்பினும் அதிகார திமிரினால் FIR போட்டு சிறையில் அடைத்து விடும். சிறைக்கு செல்லும் அளவிற்கான தண்டனை சட்ட பிரிவை FIRயில் போட்டால், வக்கீல் ஆனாலும் சிறை சென்று வந்த பின்னர் தான், தான் தவறேதும் செய்யவில்லை என ஆதாரங்களுடன் நிரூபித்து பிரச்சனையில் இருந்து வெளிவர முடியும். அப்படியெனில் பொய்வழக்கு போடும் காவல்துறையினரை கைது செய்ய முடியாதா என்று கேட்டால் கண்டிப்பாக பொய்யான விவரங்களுடன் குற்றப்பத்திரிகையை தாக்கல் செய்தால், அவ்வாறு

செய்தவர்கள் மீது பாதிக்கப்பட்ட நபர் குற்ற வழக்கு பதவிட முடியும். அதே போல DAVC அதிகாரிகளாலும் முன்னரே FIR பதிவு செய்துவிட்டு, பின்னர் வந்து காவல்துறையாகினும் சரி வேறு எந்த துறை சார்ந்தவர்களாக இருந்தாலும் அவர்களை, அவர்கள் செய்த குற்ற செயல்களுக்கு என கைது செய்து சிறையில் அடைத்து விட முடியும். உண்மை என்னவெனில் இதுபோன்ற நடைமுறைகள் இருப்பதை பலரும் அறிவதில்லை, இந்நிலையும் குற்றங்கள் தொடர்ந்து நடைபெற காரணமாகும்.

பென்சன் திட்டம் ரத்து, தற்போதைய துணிந்த லஞ்சங்களுக்கு காரணம்

அரசு ஊழியர்களுக்கு வழங்கப்பட்டு வந்த ஓய்வூதியம் அதாவது, 58 வயது முடிந்தவுடன் அவர்கள் பணி ஓய்வு பெற்றவுடன் மாதா மாதம் ஒரு குறிப்பிட்ட தொகை ஓய்வு ஊதியமாக வழங்கப்பட்டு வந்த நிலையில், 2011ம் ஆண்டிற்கு பிறகு அரசு பணிக்கு தேர்வானவர்களுக்கு ஓய்வூதியம் வழங்கப்படாது என்கிற நிலை இருந்து வருகிறது.

தமிழ்நாடு அரசு பணியாளர் தேர்வாணையம் மூலம் அரசு பணிகளுக்கு ஆட்கள் தேர்ந்து எடுக்கப்படுகிறார்கள். இதில் குரூப் 1, குரூப் 2 எனும் முறைகளின் படி அதிகாரிகள் முதல் கடைநிலை ஊழியர்கள் வரையில் அரசு பணிக்கு ஊழியர்கள் தேர்வு செய்யப்படுகிறார்கள். பென்சன் திட்டம் இல்லை என்பதால், வேலை போனாலும் பரவா யில்லை பல தலைமுறைகளுக்கு சொத்து சேர்க்கும்

அளவிற்கு லஞ்சம் வாங்கி சேர்க்கின்றனர், சேர்த்துக் கொண்டேயும் இருக்கின்றனர். வருவாய்த்துறை, பதிவுத்துத்துறை போன்ற துறைகளே லஞ்சம் வாங்குவதிலும் சிக்கிக் கொள்வதிலும் முக்கிய துறையாக இருக்கின்றன. அதன்பின்னர் வட்டார போக்குவரத்து துறை, அதே போல புகாரை பதிவு செய்ய, புகாரை விசாரிக்க, புகாரை விசாரிக்காமலும் இருக்க, குற்றப்பத்திரிக்கை போடாமல் தாமதப்படுத்த, வழக்கை நீர்த்து போக செய்ய என காவல்துறையும் லஞ்சத்தில் கோலோச்சிருக்கிறது என்பதே உண்மையாகும்.

முன்னாள் அமைச்சர், IAS, IPS என அடிவாங்கிக் கொண்டு அமைதியாக இருப்பதுண்டு

ஆட்சி அதிகாரத்தில் இருக்கும் போது கோடி, கோடியாக ஊழல் செய்தும், லஞ்சம் வாங்கியும், சொத்து, அடியாட்களையும் பல மடங்கு சேர்த்துக் கொண்டு இருக்கும் அரசியல் வியாதிகள் பின்னர், லஞ்சம், ஊழல் புகாரில் சிக்கிக் கொண்டு கைது செய்யப்படும் போது, கைது செய்ய வரும் லஞ்ச ஒழிப்புத்துறை சார்ந்த காவலர்களை, அதிகாரிகளை நான் யார் தெரியுமா முதலமைச்சரிடம் பேசவா, பிரதமரிடம் பேசவா என்பார்கள்களாம், பின்னர் கைது மற்றும் விசாரணைக்கு ஒத்துழைப்பு கொடுக்க மறுப்பார்களாம். பிறகு ஊமை குத்து வாங்கியதும், கப்சிப் என ஐம்புலன்களையும் மூடிக்கொண்டு எதுவுமே நடக்காதது போல ஆகிவிடுவார்களாம்.

என்ன ஒரு உண்மை என்றால் மேற்சொன்ன விஜபிக்களுக்கு, விஜபி அடிதான் விழுமே தவிர அவர்கள் பெரும்பாலும் பாத்ரூமில் வழக்கி விழ மாட்டார்களாம். அதே போல தப்பிக்க முயற்சி செய்து ஓடி குதித்து ஓடி, ஆடியெல்லாம் அடிபட்டுக்கொள்ளவும் மாட்டார்களாம். நான்கு சுவருக்குள் வாங்கும் அடியை இவர்கள் வெளியே சொன்னால் அவமானம் என்பதால் வெளியில் சொல்ல மாட்டார்களாம். இதனால் மற்றவர்களுக்கு உண்மை தெரிவதில்லை, செய்தியாகவும் வருவதில்லை.

ஆன்லைன், ஆஃப்லைன் லஞ்ச புகார்

லஞ்சம் சார்ந்த புகார்களை நேரடியாகவும் கொடுக்கலாம். ஆன்லைன் மூலமாகவும் கொடுக்காலம். தபால் மூலமாகவும் கொடுக்கலாம். முக்கியமாக லஞ்சம் கொடுப்பதற்கு முன்னரே லஞ்ச புகாரை கொடுக்க வேண்டும் என்பது தான் சட்ட விதியாக இருக்கின்றது. ஏனெனில் லஞ்சம் கொடுப்பதும் குற்றம், லஞ்சம் வாங்குவதும் குற்றமாகும். சென்னை ஆலந்தூரில் இயங்கும் தலைமை அலுவலகத்திலும் லஞ்சம், ஊழல் புகார்களை கொடுக்கலாம். அதே போல அந்தந்த மாவட்டங்களிலும் மாவட்ட வாரியாக இயங்கும் லஞ்ச ஒழிப்பு அலுவலகங்களுக்கு நேரடியாக சென்றும் புகார்களை கொடுக்க முடியும்.

லஞ்சம் கொடுப்பதும் குற்றம், லஞ்சம் வாங்குவதும் குற்றம்

காவல் நிலையம் ஒன்றிற்கு வேலை வாங்கி தருவதாக சொல்லி ஒருவர் பணம் வாங்கிக் கொண்டு ஏமாற்றிவிட்டார். பணத்தை மீட்டுத்தாருங்கள் என சொல்லி புகார் வந்துள்ளது. காவல் நிலையத்தில் புகாரை சரிவர விசாரிக்கவில்லை என புகார்தாரர் உயர்நீதிமன்றத்தை நாடி புகாரை விசாரித்து வழக்கு பதிவு செய்ய உத்தரவு பிறப்பிக்க வேண்டுகிறார். அப்போது நீதியரசர் லஞ்சம் கொடுத்த உன் மீதும் வழக்கு பதிய வேண்டும் என சொல்ல புகார்தாரர் வழக்கை வாபஸ் பெற்று சென்று விடுகிறார். இதற்கெல்லாம் முக்கிய காரணம் என்பது சட்ட விழிப்புணர்வு இன்மையே தானே தவிர வேறு ஒன்றுமில்லை.

பத்திரப்பதிவு, வருவாய்துறை, போக்குவரத்து துறையில் தொடர்ந்து மலரும் லஞ்சம்

இருசக்கர லைசென்ஸ், வாகன பதிவு இன்னபிற போக்குவரத்து துறை சார்ந்த சேவைகளை பெற RTO அலுவலகங்களில் அனுதினமும் மக்கள் கூட்டம் அலை மோதிக் கொண்டிருக்கும். சென்ற வேலை உடனடியாக முடிய வேண்டும் என்கிற எண்ணத்தினால், லஞ்சம் கொடுத்து வேலையை

உடனடியாக முடித்துக் கொள்ள எப்போதும் பலர் தயாரகவே இருப்பதையும் காண முடியும்.

அதாவது மேற்சொன்ன துறைகளில் சேவைகளை பெற்றிட ஆயிரக்கணக்கானோர் தினந்தோறும் இத்துறைகளின் அலுவலகங்களுக்கு சென்று வர வேண்டிய நிலைமை உள்ளது. அவ்வப்போது இத்துறைகளில் மேற்கொள்ளும் நிர்வாகம் சார்ந்த அறிவிப்புகள், டிஜிட்டல் சேவை மாற்றங்கள், இன்னபிற அடையாள அட்டை வருகைகள் உதராணமாக ஆதார் அட்டை போன்றவற்றால் அவற்றை பதிவு செய்து சேவையை பெற்றிடுதல், அடையாள அட்டையில் உள்ள விவர மாற்றங்கள் போன்றவை இதர ஆவணங்களிலும் சரியாக இருந்திட வேண்டும் என்பதாலும், பெயர் மாற்றம், மதம் மாற்றம் போன்றவற்றால் ஏற்படும் நேர விரயங்களை கருத்தில் கொண்டு பல சமயங்களில் லஞ்சம் கொடுத்தாவது தேவையான சேவையை பெற்றிட வேண்டும் எனும் எண்ணமும் லஞ்சம் பெருகிட காரணமாக இருக்கின்றது. மேலும் சென்னை போன்ற பெருநகரங்களில் உள்ள வட்டார போக்குவரத்து அலுவலகத்திற்கு பணி மாறுதலில் வரவும், அங்கே பணிபுரியவும் எப்போதும் லஞ்ச, ஊழல் செய்ய விரும்பும் அதிகாரிகள் விரும்புவதும் அது போன்ற இடங்களுக்கு வருவதற்கு பல லட்சம் லஞ்சமாக கொடுக்கவும் தயாராக இருந்து, அது போன்ற பணிகளால் அரசியல்வாதிகள் முறை கேடாக சொத்து குவிக்க பயன்படுத்துகின்றனர் என்பதே நிதர்சன உண்மையாகும்.

வருவாய்துறை

பட்டா, சிட்டா, அடங்கல் போன்ற வருவாய்துறை சார்ந்த சேவைகளை பெறவும், ஆயிரக்கணக்கானவர்கள் தினந்தோறும் இத்துறை சார்ந்த அலுவலகங்களை அணுகுவதால் இங்கேயும் லஞ்ச, ஊழல்களுக்கு பஞ்சமே நிலவுவதில்லை. இத்துறையில் பணிபுரியும் VAO, RI, தாசில்தார், சர்வேயர் போன்றோர் லஞ்சம் பெற்றுக் கொண்டு அடிக்கடி கைதாவது என்பது நம்மால் அவ்வப்போது காண முடியும். இத்துறையில் தாசில்தார், AD, RDO, DRO போன்ற பதவி உயர்வுகளுக்கு கிராக்கி அதிகம். செல்வச் செழிப்பான ஊர்களுக்கு பணிமாறுதலில் செல்ல பற்பல லட்சங்கள் லஞ்சப் பரிவர்த்தனை, பேரங்கள் நடைபெறுவதும் எப்போதும் நிலவுகின்றது.

பத்திரப்பதிவு

லஞ்சத்தில் முதலிடம் வகிக்கும் துறை என்று சொன்னால் பத்திர பதிவுத்துறையை தான் சொல்ல முடியும். ஏனெனில் லட்சக்கணக்கான சொத்துகள் முதல் பல கோடிக்கணக்கான சொத்துகள் வரை அவற்றை பத்திர பதிவு செய்ய வேண்டுமெனில் பதிவுத்துறை மூலம் தான் செய்திட முடியும். ஒரு சொத்தினை வாங்கிடும் போது அதில் சட்ட கருத்துரை பெறுவது, வில்லங்கங்கள் இருக்கின்றதா என ஆய்வு செய்வது என பல வகையான சங்கதிகளை ஆய்வு செய்துவிட்டு அதன் பின்னரே சொத்தினை வாங்க முற்படுவார்கள்.

பத்திரப்பதிவு சார்ந்த பதிவுகளில் குடும்பத்திற்குள் பதிவு செய்வது, மூன்றாம்

நபர்களுக்கு விற்பனை செய்வது, வங்கிகடன் மூலம் பதிவு செய்வது, வங்கிகடனை முடித்தவுடன் வங்கிகடன் பெற்ற பதிவு ரத்து செய்து கொள்வது, திருமண பதிவு செய்வது, பவர் பத்திர பதிவு, உயில் பதிவு செய்வது போன்ற அனைத்து விதமான சேவையை பெறுவதற்கும் பத்திர பதிவு எழுத்தர் மூலமாக செய்ய வேண்டும். அப்போது ஒவ்வொரு பத்திர பதிவை மேற்கொள்ளவும் இதற்கு இவ்வளவு, அதற்கு அவ்வளவு என ஆயிரக்கணக்கில், லட்சக்கணக்கில் சார்பதிவாளர் முதல் மாவட்ட பதிவாளர் என மேல் மட்டத்திலும், கீழ் மட்டங்களிலும் ஒரு பகுதி அமைச்சருக்கும் என லஞ்சம், ஊழல் கொழிக்கும் துறையாக எப்போதும் விளங்குவது பத்திர பதிவுத்துறை தான் என்பது ஆணித்தரமான உண்மையாகும்.

பட்டாவை வைத்து மட்டும் பதிவு

வருவாய்த்துறை தான் பட்டாவினை வழங்குகின்றது பதிவுத்துறை தான் பத்திர பதிவினை மேற்கொள்கிறது. நடைமுறையில் அதாவது 20 செண்ட் இடத்திற்கு முந்தைய பத்திரபதிவு ஆவணத்தை வைத்துக் கொண்டு 2 ஏக்கர், 3 ஏக்கர் என எற்கனவே பத்திரப்பதிவு செய்யாத நிலத்தையும் லஞ்சம் வாங்கிக் கொண்டு பதிவு செய்து கொடுப்பது. இது போன்ற பத்திர பதிவுகளை செய்து கொடுக்க சொத்து மதிப்பில் குறிப்பிட்ட சதவிகிதத்தை லஞ்சப் பணமாக பெறுவது போன்றவை நடந்து கொண்டு இருக்கின்றது. நான்

பத்திர பதிவை செய்து கொடுக்கிறேன், பிரச்சனை ஏதேனும் வந்தால் அதனை நீயே பார்த்துக் கொள் என்பது போல சொல்லாமல் சொல்லி பத்திர பதிவினை சார்பதிவாளர் செய்து கொடுப்பது போன்ற நிகழ்வுகளும் தொடர்கதையாக நடக்கின்றது.

ஒரே இடத்திற்கு இருவர், மூவர், என பட்டாவினை வைத்துக் கொண்டு பிரச்சனை, வழக்கு என அலைந்து திரிவதும் அவ்வப்போது நடக்கின்றது. போலி பட்டாவை வைத்து பதிவு, ஆள் மாறாட்ட பத்திர பதிவு என பல்வேறு குற்ற பத்திர பதிவு தெரிந்தே செய்யப்படுகிறது. நான் செய்தேன் பிரச்சனை வந்தா நீயாச்சி, வாங்குனவனாச்சி, கேட்டதை கொடுத்துவிட்டு என பல லட்சம் லஞ்சம் பரிவர்த்தனை நடத்தேறுவது தொடர்கிறது.

டபுள் டாக்குமெண்ட், ஆள்மாறாட்டம்

ஒரே சொத்தினை இருவர், நால்வர் என பதிவு செய்து கொடுத்த உண்மை கதைகளும் உள்ளது. இவற்றை கலைய தற்போது பட்டா உள்ள சொத்தையே பதிவு செய்ய முடியும் என்கிற நடைமுறை கடைப்பிடிக்கப் படுகிறது. ஆனாலும், கட்டிங், ஒட்டிங் முறையில் பல்வேறு பத்திரப் பதிவுகள் நடைபெறுகின்றது.

பெரும்பாலும், பட்டாவின் உண்மைத் தன்மையை பற்றி ஆராயாமல் பத்திரப் பதிவு நடைபெறுகின்றது. சொத்தின் விற்கிரைய ஆவணங்களில் எழுதப்படும் வரைவு ஆவணத்தில் சொத்தில் வில்லங்கம் இல்லை, வழக்கு இல்லை,

நீதிமன்ற அட்டாச்மெண்ட் இல்லை, அது இல்லை, இது இல்லை என்றெல்லாம் சொல்லப்பட்டிருக்கும். மேலும், சொத்தில் வில்லங்கம் ஏதேனும் தெரிய வந்தால், அதற்கு விற்பவரே பொறுப்பு என்றும் சொல்லப்பட்டிருக்கும். சொத்தினை வாங்கிவிட்டு, விற்றவர் மீது தொடரப்பட்ட வழக்கெல்லாம் பற்பல ஆண்டுகள் கடந்து, நடந்து கொண்டு இருக்கும்.

விற்றவர் எங்கே இருக்கிறார் என தெரியவில்லை என்றால் அவர் மீது வழக்கிடுவதும் கடினம். எனவே, மிகமிக தெளிவாக மக்கள் இருக்க வேண்டும், ஏனெனில் வேலியே பயிரை மேயும் கதை தான் உண்மைக் கதையாக பல இடங்களில் நடந்து வருகிறது என்பதே உண்மை.

பொறுப்பு சார்-பதிவாளரை வைத்து வில்லங்கப் பத்திரப்பதிவு

சில வில்லங்கமான பத்திர பதிவுகளை செய்திடும் போது சார்பதிவாளர் விடுப்பில் சென்று விடுவார். அப்போது அவருக்கு கீழே பொறுப்பில் உள்ள அதிகாரி அன்றைய பத்திர பதிவுகளை பொறுப்பு சார்பதிவாளராக இருந்து பத்திர பதிவினை மேற்கொள்வார். இது போன்ற சூழலில் செட்டிங் செய்த வில்லங்கப் பதிவுகளும் பல ஆண்டுகளாக நடந்தேறி வருகின்றன.

உயிரோடு உள்ளவரை இறந்து விட்டார் என சொல்லி இறப்பு மற்றும் வாரிசு சான்றிதழ் பெற்று போலி அடையாள அட்டைகள் மூலமும் பத்திர பதிவுகள் மேற்கொள்ளப்படுகின்றன.

ஆள் இல்லாத சொத்துக்கள் பதிவு

சொத்தினை வாங்கி போட்டு விட்டு அப்படியே விட்டுவிட்டு சென்ற பல சொத்துக்களையும், அவர் விற்றது போல ஆள்மாறாட்ட விற்பனை செய்வது, பின்னர் வாங்கியவர் பதிவு செய்து பவர் கொடுப்பது, பவரை ரத்து செய்வது, அக்ரீமெண்ட் பதிவு செய்வது, அதனை ரத்து செய்வது என ஆவணங்களை உற்பத்தி செய்து, தான்தான் உண்மையான சொத்தின் உரிமையாளர் என்பன போன்ற பிம்பத்தை உருவாக்கி சொத்தினை பின்னர் விற்பது, போன்ற போலி பத்திரப் பதிவுகளிலும் லஞ்சம் தான் முக்கிய பங்கு வகிக்கும். கோடிகளில், லட்சங்களில் போகும் சொத்துகளிலேயே இது போன்ற மோசடிகள் அதிகாரிகள், ஊழியர்கள், அரசியல்வாதிகளின் பின்புலம் போன்றவற்றின் மூலம் நடக்கின்றது என்பது உண்மை.

லஞ்சப் புகாரில் சிக்காமலிருக்க விருப்ப ஓய்வு (VRS)

தற்போது பணிக்காலம் முடிவடைந்த பின்னர் ஓய்வூதியம் (Pension) வழங்கும் திட்டம் என்பது முற்றிலுமாக ரத்து செய்யப்பட்டு விட்டதால், மிகப்பெரிய அளவில் லஞ்சம் வாங்கிவிட்டு வேலையே போனாலும் பரவாயில்லை பார்த்துக் கொள்ளலாம் என்கிற நிலையில் பலரும் இருக்கிறார்கள் என்பதை அறிய நேர்கிறது, லஞ்சத்தில் கொழிக்கும் பல அதிகாரிகள் பணிக்காலம் முடிவதற்கு முன்பே விருப்ப பணிஓய்வு (VRS) பெறுவதும் நடக்கின்றது.

இப்போதெல்லாம் ஆண்டிராய்ட் செல்ஃபோன் அனைவரின் கைகளிலும் இருப்பதால் லஞ்சம் வாங்கும் பல பேர் அங்கும், இங்குமாக சிக்கிக் கொள்ளும் நிலையும் உள்ளது. டிஜிட்டல் முறை பெரும்பாலான சிக்கல்கள் தீர்ந்தது என்று சொன்னாலும் டிஜிட்டலிலே கூட பட்டாவை மாற்றுவது, பட்டாவை போலியாக உருவாக்கி டிஜிட்டலில் உண்மையை போல காண்பிப்பது என உருவாக்கி லஞ்சம் பெற்றுக் கொண்டு பதிவுகள், ஆவணங்கள் மாற்றப்படுகின்றன.

கோடிகளில் கொழிக்கும் பத்திர பதிவுத்துறையில் தற்காலிக தனியார் ஊழியர்கள் மூலம் தகவல் திருட்டுக்கள்

அரசுக்கு வருவாயை கொட்டிக் கொடுக்கும் துறையில் முக்கிய துறையாக பத்திரப்பதிவு துறை அங்கம் வகிக்கின்றது என்றாலும் கை விரல் ரேகைகளை பதிவு செய்வது, அடையாள அட்டைகளை பதிவு செய்வது போன்ற முக்கியமான பணிகளை தற்கால தனியார் நிறுவன ஊழியர்கள் செய்கிறார்கள், அவர்கள் உதவியுடன் பதிவான ஆவண எண்ணை Disable செய்வது வில்லங்க சான்றிதழில் Entry இல்லாமல் காட்டுவது போன்ற பணிகளை லஞ்சம் வாங்கிக் கொண்டு மோசடிப் பேர்வழிகள் அதிகாரிகள் உதவியுடன் செய்கின்றனர்.

1975க்கு முந்தைய ஆவணங்கள் இன்னும் டிஜிட்டல் ஆக்கப்படாததால் அந்த ஆவண விவரங்கள் புத்தக வடிவிலேயே சார்பதிவாளர்

அலுவகங்களில் பராமரிக்கப்பட்டு வருகின்றது. இதனை சாதகமாக கொண்டு சமூக விரோதிகள் மூலம் தயார் செய்யப்பட்ட வேறு ஒரு ஆவணத்தை இடைச் செறுகல் செய்து சொத்தினை அபகரிக்கும் நபர்களுக்கு உதவிடுவது போன்ற பணிகளும் பத்திரப்பதிவு துறை ஊழியர்கள் மற்றும் அதிகாரிகளின் துணையோடு நடைபெறுகின்றது.

அரசு ஊழியர்களாக இல்லாமல் லஞ்சத்திற்கு துணை போகின்றவர்கள் மீதும் வழக்கு

லஞ்சம், ஊழல் உள்ளிட்ட புகார்களில் அரசு அதிகாரிகள், அரசு பணியாளர்கள் மட்டும்தான் கண்காணிக்கப்பட்டு வாங்கியோர் லஞ்ச புகாரில் சிக்கினால் தண்டனைக்கு உள்ளாவார்கள் என்று கிடையாது. லஞ்சம் வாங்குவதற்கும், அதனை மறைத்து வைப்பதற்கும் உதவுபவர்கள் கூட இவ்வழக்கில் குற்றவாளிகளாக சேர்க்கப்படுவார்கள். அதாவது, சில அரசு ஊழியர்கள் நேரடியாக லஞ்சம் வாங்காமல் வேறு மூன்றாவது நபரை நியமித்து அவர்கள் மூலமாக லஞ்சம் பெறுவார்கள். இவ்வாறு லஞ்சம் பெற மூன்றாவது நபராக இருந்து செயல்படுபவர்களும் கூட வழக்கில் சிக்கிக் கொள்வார்கள். ஆகவே, கவனமாக இருப்பது மிகமிக அவசியம்.

EB விஜிலென்ஸ், வங்கி விஜிலென்ஸ்

மின்சார வாரியம் மற்றும் வங்கிகள் சிலவற்றிலும் கூட உள்ளுக்குள்ளேயே விஜிலென்ஸ் பிரிவு என்று ஒன்று வைத்திருக்கிறார்கள். வங்கி விஜிலென்ஸ் அமைப்பு வங்கிகள் மூலம் கொடுக்கப்படும் கடன் உள்ளிட்ட சேவைகளில் ஏற்படும் லஞ்சம் போன்ற செயல்களை கண்காணிக்கின்றது, இவர்கள் டம்மியாகவே செயல்படுவார்கள். இவர்கள் லஞ்சம் வாங்குவது குறைவு தான். மின்வாரியத்தில் உள்ள விஜிலென்ஸ் என்கிற அமைப்பில் உள்ள சிலர் மின்கம்பத்தை தள்ளி வைப்பது, புதிய மின் இணைப்பு, வணிகவளாக மின் இணைப்பு, பெரிய நிறுவன மின் இணைப்பு போன்றவற்றில் தமிழ்நாடு முழுக்க செல்வாக்கை பயன்படுத்தி அனுகூலம் பெறுவது, பரிந்துரை செய்து லஞ்சம் பெற்று புதிய மின் இணைப்புகளை பெற்று தருவது என செய்து லஞ்ச வழக்கில் சிக்கியுள்ளனர். அது போன்ற வழக்கை நான் என் அனுபவத்தில் பார்த்துள்ளேன். தற்போது மின்வாரிய விஜிலென்ஸ் அமைப்பு உள்ளதா என தெரியவில்லை.

எனது அனுபவத்தில் கண்ட உண்மை சம்பவங்கள் 1

ஒரு வழக்கு ஒன்றில் ஒருவர் அரசு பணி பெற்று தருவதாக கூறி சில லட்சங்களை வாங்கிக் கொண்டு பணத்தை ஏமாற்றியுள்ளார். இதனால், பணத்தைக் கொடுத்த ஏமார்ந்த நபர்

காவல் நிலையத்தில் நடந்த உண்மைகளை சொல்லி புகார் தருகிறார். புகார் கொடுத்தவரின் புகாரானது முறையாக விசாரிக்கப்படாமல் கிடப்பில் போடப்பட்டிருக்கின்றது. இதனால், கோபமடைந்த பணத்தை ஏமார்ந்த நபர் உயர்நீதிமன்றத்தை நாடி புகாரை பதிவு செய்து உரிய நடவடிக்கை எடுக்க வேண்டி காவல் நிலைய அதிகாரிக்கு கிரிமினல் வழக்கு பதிய உத்தரவு பிறப்பிக்க கோரும், பரிகாரம் கேட்டு உயர்நீதிமன்றத்தில் வழக்கு தொடுக்கிறார். இவ்வழக்கினை விசாரித்த நீதிமன்றம் லஞ்சம் கொடுப்பதும் குற்றம், என உங்களுக்கு தெரியாதா எனக் கேட்டும், முறைகேடான முறையில் அரசு பணி பெற முயற்சித்து, உண்மையாக படித்து, நியாயமான முறையில் அரசு பணிக்கு சேர எண்ணுபவர்களை ஏமாற்றி அரசு பணிபெற முயற்சி செய்ததற்கு உங்கள் மேலும் தான் வழக்கு பதிய வேண்டும் என கருத்து தெரிவித்த நிலையில், வழக்கு தொடுத்தவர் வழக்கினை வாபஸ் பெற்றுக் கொண்டு விட்டால் போதும்டா சாமி என ஓடியுள்ளார். ஏன், இதனை கூறுகிறேன் என்றால், சட்டம் தெரியாமல், சட்டம் புரியாமல் பணத்தை ஏமார்ந்து புகார் அளித்தால் புகாரினை ஏற்று விசாரித்து நடவடிக்கை எடுக்கக் கூடாத சங்கதிகளை கொண்ட புகார் தானே, எதிர்தரப்பினரிடம் பணம் வாங்கிக் கொண்டு புகாரினை விசாரிக்க முடியாது என சொல்லிவிடலாம் என நினைத்து அதனை செய்வார்கள். சட்ட விழிப்புணர்வு இன்மையாலும் லஞ்சம், ஊழல் தழைக்க இது போன்ற பல உண்மை சம்பவங்கள் இருக்கின்றது.

எனது அனுபவ உண்மைக் கதை 2 ஊழல் தடுப்பு மற்றும் நுகர்வோர் பாதுகாப்பு தன்னார்வ தொண்டு நிறுவனம் (NGO) மோசடி

மேற்சொன்ன தலைப்பை கொண்ட (NGO), உரிய பதிவினை செய்து கொண்டு இரண்டு நபரை மட்டும் NGOவின் முக்கிய நபர்களாக காட்டிக் கொண்டு அந்த இரண்டு நபர்களும் சேர்ந்து ஊரை ஏமாற்றும் வேலையை முக்கிய வேலையாக செய்து வந்தனர். இவர்கள் எங்கள் தொண்டு நிறுவனத்தில் பலரும் அரசு மானியம் மற்றும் நிதியுதவியுடன் பணிபுரிகிறார்கள் என சொல்லியும், இந்த NGOவில் பணிபுரிபவர்களின் வேலை என்பது மாவட்ட ரீதியாக உள்ள அரசுத்துறை சார்ந்த அதிகாரிகளை அவ்வப்போது சந்தித்து அறிக்கை பெற்று வர வேண்டும் என்பதே வேலை எனவும் சொல்லி நம்ப வைத்து இந்த பணிக்கு சேர Deposit பணம் கட்ட வேண்டும் என சொல்லியுள்ளனர். டெபாசிட் பணம் எதற்காக என்றால் வேலையில் சேருபவர்கள் லஞ்சம், ஊழலில் ஈடுபடுவதை தவிர்க்கவும், நேர்மையாக பணிபுரியவுமே இது போன்ற தொகை செலுத்த வேண்டும் எனவும், பின்னாளில் இப்பணம் திரும்ப தரப்படும் என்றெல்லாம் சொல்லி பலரிடம் பணம் பெற்று ஏமாற்றியுள்ளனர் இந்த மோசடிகாரர்கள்.

NGO பெயரில் வங்கிக் கணக்கு ஒன்றினை தொடங்கி வைத்துக் கொண்டு, அந்த டெபாசிட்

தொகையை அந்த வங்கிக் கணக்கின் மூலமே பெறுகின்றனர். பின்னர், நல்ல சம்பள வேலை என்று ஏமாற்றிய பிறகு தொண்டு நிறுவனத்திற்கு தானே பணம் கொடுத்தீர்கள் திரும்ப எவ்வாறு திருப்பி கேட்கிறீர்கள் என பணம் கொடுத்தவர்களையே திருப்பிக் கேட்பார்கள். இவ்வாறு பணம் கொடுத்து ஏமார்ந்தால் பணத்தை திரும்ப பெறுவது என்பது 99% கேள்விகுறியே ஆகும். ஏனெனில், கந்து வட்டிக்கு கொடுக்கும் பணம், வேலை வாங்கித் தருகிறேன் என சொல்லி ஏமாற்றுபவர்களிடம் கொடுத்து ஏமார்ந்த பணம், ஒருவனை அடிக்க, துரத்த எனக் கொடுக்கும் பணம் என சட்டத்துக்கு புறம்பான வேலையை செய்யவென கொடுக்கப்படும் பணத்தை சட்டப்படி மீட்டு எடுக்க முடியாது.

இவ்வாறான புகார்களை கொடுத்தால் லஞ்சம் வாங்கிக் கொண்டு ஏமாற்றியவனை மிரட்டி வேண்டுமானால் சட்டத்துக்கு புறம்பாக ஏமார்ந்த பணத்தை திரும்ப பெற முடியும். மேற்சொன்ன NGO நடத்துபவர்கள் காரில் Anti Corruption & Consumer Protection இந்திய அரசு பதிவு பெற்ற நிறுவனம் என பெயர்களை பொறித்துக் கொண்டு மற்றவர்களின் கவனத்தை ஈர்க்கும் வண்ணம் செயல்பட்டும், பச்சை நிற பேனாவில் கையெழுத்து போடுவது என செய்து கொண்டும் பல்வேறு உங்கள் ஆவணங்களை பெற்று சரிபார்ப்பு பணி செய்ய வேண்டும் எனவெல்லாம் சொல்லி ஏமாற்றுகின்றனர். மிகவும் கவனமாக இருங்கள்.

லஞ்சம் - ஊழலில் முதலிடம் வகிப்பது பத்திரப் பதிவுத்துறை

திருமண பதிவு என்பது சட்டப்படி அனைவரும் மேற்கொள்ள வேண்டும் என்பதால் சார்பதிவாளர் அலுவலகங்களில் திருமண பதிவு முதல் சொத்து பதிவு உள்ளிட்ட அனைத்து சேவைகளும் நடை பெறுகின்றன. பத்திரப் பதிவுத்துறையில் பணிபுரிபவர்கள் பணிமாறுதல். பணம் கொழிக்கும் செல்வ செழிப்பான இடங்களுக்கு பணி அமர்த்தப்பட என லட்சங்களிலும், கோடியை தொடும் வரையிலும் லஞ்சம் கொடுத்து செல்கின்றனர். இவ்வாறு லஞ்சம் கொடுத்து ஒரு அலுவலகத்திற்கு செல்பவர்கள் எவ்வாறு லஞ்சம் வாங்காமல் இருக்க முடியும் என்பதை எண்ணிப் பார்க்க வேண்டும்.

எனது அனுபவத்தை பொறுத்த வரை லஞ்சம் வாங்காமல் பத்திரப்பதிவு அலுவலகத்தில் எந்த ஒரு சேவையையும் அவ்வளவு சுலபமாக எளிதில் பெற்று விடமுடியாது. ஆன்லைனில் தற்போது வில்லங்கச் சான்று, சான்றளிக்கப்பட்ட பத்திரப்பதிவு நகல் உள்ளிட்டவற்றை விண்ணப்பம் செய்து, ஆன்லைனில் பணம் செலுத்தி பெற்றுக் கொள்ளும் நிலைமை இருப்பினும், வேண்டுமென்றே தாமதம் செய்து ஆவணங்கள் விண்ணப்பித்தவர்களுக்கு பல சமயங்களில் வழங்கப்படுகின்றன. EC, Copy of Document விண்ணப்பித்த பின்னர் சார்பதிவாளர் அலுவலகத்திற்கு நேரடியாக சென்று லஞ்சம் கொடுத்தால் உடனடியாக விண்ணப்பித்த

ஆவணங்கள் கிடைத்துவிடும். லஞ்சம் கொடுக்காத பட்சத்தில் எவ்வளவு நாட்கள் தாமதப்படுத்த முடியுமோ அவ்வளவு நாட்கள் தாமதம் செய்து நமக்கான சேவை வழங்கப்படும்.

நான் பார்க்கும் வழக்குகளிலேயே டபுள் டாக்குமெண்ட் பத்திரப்பதிவுகள், இறந்த போனவர் அரசு பணி ஓய்வு பெற்று ஓய்வூதியம் வாங்கி இறந்தவர், அதன்பின் அதாவது, அவர் இறந்த பின்னர் இல்லாத ஒரு இடத்தை டபுள் டாக்குமெண்ட் இடத்தை தயார் செய்து இறந்தவரே தற்போது இறந்ததற்கு பின்னர் நேரில் வந்து சொத்தினை அவரது மகளுக்கு செட்டில்மெண்ட் பதிவு செய்து தந்தது போன்ற ஆவணப்பதிவு நடந்துள்ளது. இதற்கு உடன்பிறந்த அண்ணன் தனது தங்கையின் மோசடி குறித்து வழக்கு தொடர்ந்தார். அதே போல திட்டமிட்டு ஒரே இடத்தை கிராமத்தின் பெயரை மட்டும் மாற்றி, மாற்றி தங்கை அவரது கணவருடன் இணைந்து தனது உடன்பிறந்த அண்ணனுக்கு விற்றுள்ளார். அதாவது தியாகராய நகர், மாம்பலம் என இருவேறு கிராமங்கள் இருக்க ஒரே இடத்திற்கு தியாகராய நகர் கிராமம் என ஒரு போலி ஆவணம் மூலமும், மாம்பலம் கிராமம் என ஒரு போலி ஆவணம் மூலமும் வங்கிக்கடன் பெற்றும், விற்றும் மோசடி செய்த வழக்கை நான் பார்த்து வழக்கு தொடுத்தேன். நான் பார்த்த வேறொரு வழக்கில் ஒருவரின் மனைவி பெயரும், அவரது செட்டிங் துணைவி பெயரும் ஒரே பெயர் இருக்க, வயதும் முன்னர், பின்னர் இருக்க மனைவியின்

சொத்து ஆவணத்தை, துணைவி கடன் பெற கொடுத்துள்ளார். துணைவியின் குடும்ப அட்டையில் கணவர் பெயர் வரும் இடத்தில் இவரது பெயரே இருந்துள்ளது. சில காலம் கழித்து பிரிந்து போன துணைவி சொத்தினை விற்றுள்ளார். ஏனெனில் சில காலம் முன்பு புகைப்படம் இருக்காது. கைரேகை, கையொப்பம் தான். எனவே கதை முடிந்தது. இந்த விவரம் தெரிய வந்த பின்னர் மனைவியிடம் உண்மையை சொல்லவும் முடியாமல், சொல்லாமல் இருக்கவும் முடியாமல் கணவரின் கள்ள மனைவி செய்த செயலால் தவிக்க நேர்ந்தது. அதன்பின்னர் அவர் அந்த சொத்தை பொறுத்து என்ன செய்தார் என தெரியவில்லை. சொத்து கைமாறி பத்திரப்பதிவு ஆனது. அதே போல பெரிய, பெரிய ரவுடிகள் வெளிநாட்டில் இருப்பவர்கள் இறந்துவிட்டதாக சொல்லி, இறப்பு சான்றிதழ், வாரிசு சான்றிதழ் லஞ்சம் கொடுத்து பெற்று அவரது சொத்தினை ஆள்மாறாட்டம் செய்து பத்திரப்பதிவு செய்து விற்கின்றனர். பல்வேறு போலியான பத்திரப்பதிவுகள் லஞ்சம் வாங்கிக் கொண்டே நடக்கின்றன. லஞ்சம் கொஞ்சம் கொடுப்பவர்கள், கொடுக்காமல் இருக்க நினைப்பவர்கள் அலைக்கழிக்கப்படுவதால் பின்னர் லஞ்சம் கொடுத்தே பதிவுகள் நடக்கின்றன. அரசுக்கு வருவாயை அள்ளித்தரும் துறையான பதிவுத்துறையில், தற்காலிக ஊழியர்கள் பலரும் இருப்பதால், இது போன்ற நிலையும், போலி ஆவண பதிவுகள் லஞ்சம், ஊழல் தழைக்கவும், சிக்கிக் கொண்டால் பழியை அவர்கள் மேல் திணித்துவிட்டு தான் தப்பித்துக் கொள்ளும்

நிலையும் மேலோங்கியுள்ளது.

சொத்து பரிவர்த்தனைகளில் கிரைய மறுபயன் தொகைகளை அதாவது, நிர்ணயிக்கப்பட்ட சொத்திற்கு உண்டான பணத்தை ரொக்கமாக காண்பிப்பது, வெறுமென காசோலைகளை மட்டும் காண்பித்து நிர்ணயிக்கப்பட்ட தொகையை செலுத்தி விட்டது போல காண்பிப்பது போன்ற நடவடிக்கைகளுக்கு சார்பதிவாளரே உடந்தையாக செயல்பட்டு பெருமளவு லஞ்சம் வாங்கிக் கொண்டு பத்திரப் பதிவினை செய்து கொடுக்கிறார். அதே போல உடல்நிலை, மனநிலை சரியில்லாமல் இப்பவோ, அப்பவோ என மரணப் படுக்கையில் இருப்பவர்களின் சொத்துக்களை பரிமாற்றம் செய்ய வீட்டிற்கே சென்று பத்திரப் பதிவு செய்யப்படும் போது பெருமளவு லஞ்சம் கொடுத்தால் Private Attendance விண்ணப்பம் கொடுத்த மறுநாளே சென்று பத்திரப்பதிவு செய்து தருவது, நேர்மையாக Private Attenanceக்கு மனு கொடுத்தால் வேண்டுமென்றே தாமதப்படுத்தி அப்போதும் லஞ்சம் பெற்றுக் கொண்டு பதிவு செய்து கொடுப்பது என லஞ்சம் ஊழல்கள் பல கோணங்களில் நடந்தேறிக் கொண்டு இருக்கின்றது. நேர்மையாக பத்திரப்பதிவுகள் எங்கே லஞ்சம் இல்லாமல் நடைபெறுகின்றது என்பதை காண முடிவதில்லை. அவ்வாறான பத்திரப்பதிவுகள் நடைபெறுவது அரிதிலும் அரிதே.

சார்பதிவாளர்கள் பெரும்பாலும் நேரடியாக லஞ்சம் வாங்குவதில்லை. மூன்றாம் நபர்களான ஆவண எழுத்தர்கள் மூலமும் அல்லது வேறு ஒரு மூன்றாம் நபர்கள் மூலமும் அலுவலகத்திற்கு

வெளியில் எங்காவது கொண்டு வந்து கொடுக்கும்படி செய்தே லஞ்சப் பணத்தை பெற்றுக் கொள்கிறார்கள். பொதுவாக சொத்து கிரைய ஆவணம், செட்டில்மென்ட், பாகப்பிரிவினை ஆவணம், விடுதலை பத்திர ஆவணம் போன்றவற்றில் சொத்தில் வில்லங்கம் இல்லை, வழக்கு இல்லை, கடன் ஏதும் வாங்கவில்லை அது இது என எழுதப்பட்டிருக்கும். அது போதாது என தற்போது மோசடி செய்து சுலபமாக சார்பதிவாளர்கள் தப்பிக்கும் வண்ணம் இருக்க சில உறுதிமொழியும் குறிப்பிடப்பட்டு பதிவு செய்யப்படுவதை சமீபமாக கண்டேன். அவ்வாறு குறிப்பிடப்பட்டிருந்த உறுதிமொழியின் விவரம் கீழே

உறுதிமொழி

இந்த ஆவணத்தை எழுதிக் கொடுப்பவர்களும் எழுதிப் பெறுபவர்களும் கீழ்கண்ட உறுதி மொழியை அளிக்கின்றோம்.

வழக்கிடை ஆவண சொத்து பதிவுச்சட்டம் 1908 பிரிவு 22(A) மற்றும் 22(B)க்கு உட்பட்டதல்ல எனவும், ஆவணத்துடன் இணைக்கப்பட்ட அனைத்து ஆவணங்களும் இந்திய தண்டனை சட்டம் 1980 பிரிவு 470ன் படி (Forged Documet) அல்ல எனவும், ஆவணத்தை எழுதிப் பெறுபவர் அனைத்து ஆவணங்களையும் பரிசீலித்து வில்லங்க சரிபார்த்து எழுதிப்பெறுகிறார் எனவும், சொத்து மாற்றுச் சட்டம் 1882ன் படி சொத்து பரிமாற்றம் தொடர்பான அனைத்து பிரிவுகளும் உட்பட்டு செயல்பட்டுள்ளோம் எனவும் உறுதிமொழி அளிக்கின்றோம். மேலும், இதனில் தங்களுக்கு தவறான தகவல்கள்

அல்லது சான்று அளிக்கப்பட்டதாக பின்னால் கண்டுபிடிக்கப்பட்டால் அதற்கு நாங்கள் மட்டுமே பொறுப்பு ஆவோம் எனவும், என்னை/எங்களை சட்டபூர்வ நடவடிக்கைக்கு உட்படுத்தலாம் எனவும் இதற்கு சார்பதிவாளர் எவ்விதத்திலும் பொறுப்பாக மாட்டார் எனவும் உறுதிமொழி அளிக்கிறோம்.

பதிவுத்துறை விஜிலென்ஸ்

சில ஆண்டுகளுக்கு முன்னர் பதிவுத் துறையிலும் விஜிலென்ஸ் என்கிற ஒரு அமைப்பு செயல்பட்டு வந்துள்ளது. இந்த விஜிலென்ஸ் என்கிற அமைப்பு பதிவுத்துறைக்குள் ஒரு துறையாகவும், ஒரு பிரிவாகவும் இருந்தால் அங்கேயும் கலெக்ஷன் பணிகள் ஏரியா வாரியாக ஜரூராக நடந்துள்ளது. சார்பதிவாளர்கள் கலெக்ஷன் செய்யும் பணத்தை, மாவட்ட பதிவாளர், மண்டல துணைப் பதிவாளர் மற்றும் பதிவுத்துறை விஜிலென்ஸ், அரசியல் பின்புலங்கள் என பிரித்து கொண்டு பெயரளவில் வசூலை எதிர் நோக்கி மட்டுமே செயல்பட்டு வந்த, இந்த அமைப்பு கலைக்கப்பட்டது. இதுபோன்று அரசுத் துறையான மின்சார வாரியத்திலும் விஜிலென்ஸ் என்கிற ஒரு அமைப்பு உள்ளது. அதே போல தனியார் மற்றும் பொதுத்துறைகளான வங்கிகள் போன்ற நிறுவனங்களுக்குள்ளேயும் விஜிலென்ஸ் என்கிற ஒரு அமைப்பு நிறுவப்பட்டு அவை செயல்பாட்டில் இருந்து வருகிறது என்பது குறிப்பிடத்தக்கது.

CMDA அப்ரூவல் மற்றும் உள்ளூர் நகரமைப்பு திட்ட அனுமதி பிரிவிலும் பெருமளவு லஞ்சம் ஊழல்

வேலியே பயிரை மேய்கிறது என்பதற்கு ஏற்றாற் போல அப்ரூவல் வழங்கப்படும் போது ஆவணங்களில் OSR என்கிற அரசுக்கு வருவாய் தரக்கூடிய கட்டணத்தை கட்டவிடாமல் செய்து கட்டிங், ஒட்டிங் என்கிற முறையில் ஆவணங்களில் வருடங்களை மாற்றியும் CMDA மற்றும் உள்ளூர் கட்டிடங்கள் கட்ட அனுமதி கேட்டு விண்ணப்பிக்கபடும் விண்ணப்பங்களுக்கு பெருமளவு லஞ்சம் கேட்டு பெற்றுக் கொண்டு அனுமதி வழங்குவார்கள். இந்த அலுவலகம் மூலமாக இவ்வளவு, அவ்வளவு கலெக்சன் வசூலாக வேண்டும். வர வேண்டியவர்களுக்கு வர வேண்டும் என இன்னபிற கணிம வள ஊழல்கள் மற்ற திட்டங்களில் ஊழல்கள், சிவில் ஒப்பந்தங்கள், ரோடு போடுவது, கால்வாய் அமைப்பது என பலதுறைகளும் ஊழல் லஞ்சத்தில் தழைத்து உள்ளன. இவற்றை பெருமளவில் குறைத்திட ஒரே வழி சட்ட விழிப்புணர்வுதான்.

குற்றப்பத்திரிக்கை என்றால் என்ன?

கிரிமினல் வழக்கில் தான் இந்த குற்றப்பத்திரிக்கை என்கிற வார்த்தை பயன்படுத்தப்படும். நம்மில் பலரும் FIR என்கிற

பெயரை அடிக்கடி காதில் கேட்டிருப்போம். FIR என்பதும் குற்ற வழக்கு சம்மந்தப்பட்ட நடவடிக்கையில் முதற்கட்ட நடவடிக்கையான புகாரை பெற்று, புகார் உண்மைதான் என்பதை உறுதி செய்த பின்னர் புகாரை பதிவு செய்யும் நடவடிக்கை தான் FIR ஆகும். லஞ்சம் வாங்கியோ, ஊழல் செய்தோ பிடிப்பட்டிருந்தால் ஆதாரமிருப்பின் FIR போடப்படும். FIR போடப்பட்ட பின்னர் தேவைப்படும் பட்சத்தில் குற்றம் சுமத்தப்பட்டு நபர் சிறையில் அடைக்கப்படுவார், அல்லது உடனடியாக ஜாமீனில் விடுவிக்கப்படுவார். சிறையில் அடைக்கப்படுபவர் சில நாட்களிலேயே பிணையில் வெளிவருவார். இந்த FIRக்கு பின்னர் சிறையில் இருந்து பிணையில் வந்தவரோ, FIRக்கு பின் ஜாமீனில் விடப்பட்டவரோ அப்படியே இருந்து விட முடியாது. FIR போட்ட லஞ்ச ஒழிப்புதுறையோ அல்லது காவல்துறையோ விசாரணையை முழுவதுமாக முடித்து சாட்சிகளை சேகரித்து, சாட்சிகளை விசாரித்து நீதிமன்றத்தில் இறுதியறிக்கை தாக்கல் செய்வார்கள். அது குற்றப் பத்திரிக்கை என்றும் சொல்லப்படும். அதன்பின்னர் நீதிமன்றம் உரிய விசாரணை நடத்தி குற்றம் சுமத்தப்பட்டவருக்கு தண்டனையையோ அல்லது குற்றம் நிரூபிக்கப்படவில்லையெனில் விடுவிக்கவோ செய்யும்.

மத்திய கண்காணிப்பு ஆணையம்
நேர்மைக்கான குடிமக்களின் உறுதிமொழி

நம் நாட்டின் பொருளாதார, அரசியல், சமூக முன்னேற்றத்திற்கு மிகப்பெரும் தடைகளில் ஒன்றாக ஊழல் இருக்கிறது என்பதை நான் நம்புகிறேன். அரசு, குடிமக்கள், தனியார் துறை போன்ற இதில் தொடர்புடைய அனைவருமே ஊழலை முற்றிலுமாக அகற்றுவதற்கு ஒன்றிணைந்து பாடுபட வேண்டும் என நான் நம்புகிறேன்.

நாட்டின் ஒவ்வொரு குடிமகனும் எல்லா நேரங்களிலும் நாணயம், நேர்மை ஆகியவற்றின் உயர்ந்த தரத்தைக் கடைப்பிடிப்பது என உறுதியேற்பதுடன், அது குறித்த விழிப்புணர்வுடனும் இருப்பதோடு, ஊழலுக்கு எதிரான நடவடிக்கைகளை ஆதரிக்கவும் வேண்டும் என்பதையும் நான் உணர்ந்திருக்கிறேன்.

எனவே, கீழ்கண்ட விஷயங்கள் குறித்து நான் உறுதி ஏற்கிறேன்:

வாழ்க்கையின் எல்லா தருணங்களிலும் நேர்மையையும், சட்டத்தின் ஆட்சியையும் பின்பற்றுவேன்;

எந்தச் சூழ்நிலையிலும் எவருக்கும் லஞ்சம் கொடுக்கவோ, வாங்கவோ மாட்டேன்;

எனது கடமைகள் அனைத்தையும் நேர்மையாகவும், வெளிப்படையான வகையிலும் நிறைவேற்றுவேன்;

பொது நலனுக்கு உகந்த வகையில் செயல்படுவேன்;

தனிப்பட்ட நடத்தையில் நேர்மையை வெளிப்படுத்துவதில் முன் உதாரணமாக விளங்குவேன்;

எந்தவொரு ஊழல் நிகழ்வையும் அது தொடர்பான தகுந்த அமைப்பிற்குத் தெரி விப்பேன்.

Integrity Pledge

I believe that corruption has been one of the major obstacles to economic, political and social progress of our country. I believe that all stakeholders such as Government, citizens and private sector need to work together to eradicate corruption.I realize that every citizen should be vigilant and commit to highest standards of honesty and integrity at all times and support the fight against corruption.

I, therefore, pledge:

- To follow probity and rule of law in all walks of life;
- To neither take nor offer bribe;
- To perform all tasks in an honest and transparent manner;
- To act in public interest;
- To lead by example exhibiting integrity in personal behaviour;
- To report any incident of corruption to the appropriate agency.

TAMIL NADU, 6th Nov 2024

7445572883

Sathishkumar

SANTHANAM COMMITTEE REPORT

The Santhanam Committee Report holds significant importance in the history of the CVC in India. This report, named after its chairman, Shri K. Santhanam, was pivotal in shaping the establishment and functioning of the CVC.

The Report provided exhaustive insights into the prevalence of corruption, its causes, and the measures required to combat this social problem. The committee conducted a comprehensive analysis of corruption in various sectors, including government agencies, public sector businesses, and the judiciary.

The report's corruption definition was one of its most important aspects. It defined corruption as "behaviour by officials in the public sector, whether politicians or civil servants, in which they improperly and illegally enrich themselves or those close to them, or induce others to do so by misusing their position." This definition provided the groundwork for comprehending and recognising corrupt practises in a variety of domains. In addition, the report emphasised the significance of preventive measures in combating corruption. It suggested the establishment of a vigilant and transparent system in which corruption is actively discouraged and quickly detected.

The committee proposed establishing a Central Vigilance Commission (CVC) as the apex body charged with preventing corruption and promoting integrity in public administration. In addition, the Santhanam Committee emphasised the need for a robust and impartial anti-corruption agency. It was suggested that the CVC be granted the authority to conduct investigations, investigate complaints, and impose sanctions against fraudulent officials. The committee emphasised the significance of safeguarding whistleblowers and providing them with adequate protections in order to encourage the reporting of corrupt practises without fear of retaliation. In addition, the report recommended the development of a code of conduct for public servants that would outline the expected ethical standards and professional conduct. It emphasised the significance of training and educating public officials about ethical values and the repercussions of corruption.

Systemic reforms were emphasised in the Santhanam Committee Report, which was another significant aspect. To reduce discretion and opportunities for misconduct, the committee suggested streamlining administrative procedures, simplifying rules and regulations, and implementing technology-driven solutions. It emphasised the importance of accountability and openness in public procurement, financial administration, and decision-making processes.The Santhanam Committee Report had a significant impact on the CVC's operations and India's overarching anti-corruption efforts. The report's recommendations paved the way for the establishment of the CVC in 1964, which was charged with preventing corruption and promoting integrity in public administration. The report's findings and recommendations continue to impact India's anti-corruption efforts. Over time, subsequent committees and commissions have built upon the work of the Santhanam Committee, resulting in the evolution of the country's anti-corruption framework.In conclusion, the Santhanam Committee Report played a vital role in India's fight against corruption. Its comprehensive analysis, recommendations, and emphasis on preventive measures have shaped the Central Vigilance Commission's operations and had a lasting impact on the country's struggle against corruption.

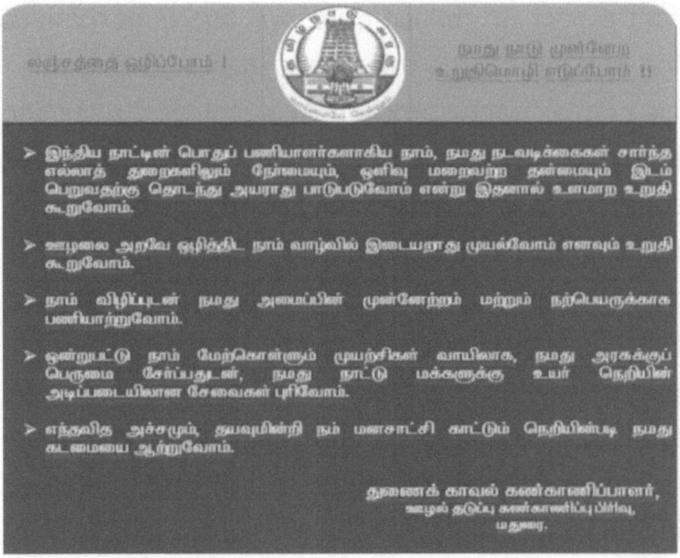

லஞ்சத்தை ஒழிப்போம் !

நமது நாடு முன்னேற உறுதிமொழி எடுப்போம் !!

- இந்திய நாட்டின் பொதுப் பணியாளர்களாகிய நாம், நமது நடவடிக்கைகள் சார்ந்த எல்லாத் துறைகளிலும் நேர்மையும், ஒளிவு மறைவற்ற தன்மையும் இடம் பெறுவதற்கு தொடர்ந்து அயராது பாடுபடுவோம் என்று இதனால் உளமாற உறுதி கூறுவோம்.
- ஊழலை அறவே ஒழித்திட நாம் வாழ்வில் இடையறாது முயல்வோம் எனவும் உறுதி கூறுவோம்.
- நாம் விழிப்புடன் நமது அமைப்பின் முன்னேற்றம் மற்றும் நற்பெயருக்காக பணியாற்றுவோம்.
- ஒன்றுபட்டு நாம் மேற்கொள்ளும் முயற்சிகள் வாயிலாக, நமது அரசுக்குப் பெருமை சேர்ப்பதுடன், நமது நாட்டு மக்களுக்கு உயர் நெறியின் அடிப்படையிலான சேவைகள் புரிவோம்.
- எந்தவித அச்சமும், தயவுமின்றி நம் மனசாட்சி காட்டும் நெறியின்படி நமது கடமையை ஆற்றுவோம்.

துணைக் காவல் கண்காணிப்பாளர்,
ஊழல் தடுப்பு கண்காணிப்பு பிரிவு,
மதுரை.

எந்தவிதமான அனுகூலங்களையும் எதிர் பார்க்காமல், நாட்டு மக்களின் நலனை மட்டும் கருத்தில் கொண்டும், ஏழை மக்களின் முன்னேற்றத்தை எண்ணியும் நல்லெண்ண அடிப்படையில் கடைக்கோடி குடிமகனுக்கும் சட்ட விழிப்புணர்வு கொடுக்க வேண்டும் என்கிற நோக்கில் எட்டாக்கனியை கைக்கெட்டும் கனியாகவும் உள்ளங்கை நெல்லிக் கனியாகவும் கொடுக்க தமிழ்நாடு ஊழல் தடுப்பு மற்றும் கண்காணிப்பு இயக்குநரக இணையத் தள பக்கங்களில் உள்ள தொகுப்புகளை இணையத்தில் உள்ளது உள்ளவாரே இனி வரும் பக்கங்களில் சேர்க்கப்பட்டுள்ளது.

https://www.dvac.tn.gov.in/formation_tm.html
Directorate of Vigilance and Anti-Corruption,
No. 293, MKN Road, Alandur, Chennai – 600 016.

தமிழ்நாடு ஊழல் தடுப்பு மற்றும் கண்காணிப்பு இயக்குநரக உருவாக்கம்

ஊழல் தடுப்பு குறித்த சந்தானம் குழுவின் பரிந்துரைகளின்படி, மத்திய அரசு 1964 ஆம் ஆண்டு தற்சார்புடைய விழிப்புப்பணி ஆணையத்தை அமைத்தது. இதன் அடிப்படையில், பெரும்பாலான மாநிலங்களில், மத்திய அரசின் மாதிரியைப் போன்ற விழிப்புப்பணி ஆணையங்கள் அமைக்கப்பட்டன. தமிழ்நாடு அரசு, 1965 ஆம் ஆண்டு, விழிப்புப்பணி ஆணையரின் தலைமையில் மாநில விழிப்புப்பணிக் குழுவை அமைத்தது. விழிப்புபணி ஆணையர், சென்னை, நிருவாகச் சவால்களை பொது சேவைகளில் ஊழலைத் தடுத்தல் மற்றும் தனிப்பட்ட ஊழல் வழக்குகளை வெளிச்சத்திற்குக் கொண்டு வருகையில் கையாளப்பட வேண்டிய நடைமுறை ஆகியவை தொடர்பாக அரசிற்கு ஆலோசனைகளை வழங்குகிறார்.

முறையற்ற அல்லது ஊழல் நோக்கங்களுக்காக, தனது அதிகாரங்களைப் பயன்படுத்தும் அல்லது அதிகாரங்களைப் பயன்படுத்துவதைத் தவிர்க்கும் அரசுப் பணியாளர் ஒருவரைப் பற்றிய யாதொரு தகவல் குறித்தும் விசாரணையை மேற்கொள்ள அல்லது விசாரணைக்கான காரணம் / புலனாய்வை மேற்கொள்ள இந்த ஆணையத்திற்கு எல்லை வரம்பும் அதிகாரமும் உள்ளது.

பொது நிருவாகத்தில் ஊழலைக் கையாளுவது தொடர்பான முதல் நடவடிக்கையாக, ஊழல் தடுப்பு மற்றும் கண்காணிப்புத் துறையினை தமிழ்நாடு அரசு அமைத்தது. ஊழல் தடுப்பு மற்றும் கண்காணிப்புத்துறை அரசின் நிருவாகத்துறையான மனிதவள மேலாண்மை (N) துறையின் கட்டுப்பாட்டின் கீழ் செயல்படுகிறது. அரசுப் பணியாளர்களுக்கு எதிரான விசாரணை மற்றும் புலனாய்வு விவரங்கள் தொடர்பான, விசாரணைகள் / புலனாய்வின் முடிவுகள் குறித்த அறிக்கைகள் மேற் கொண்டு மேல் நடவடிக்கை எடுப்பதற்காக விழிப்புப் பணி ஆணையருக்கு அனுப்பப்படும்.

ஊழல் தடுப்பு மற்றும் கண்காணிப்புத்துறையின் முக்கியச் செயல்பாடுகள்:

அ) மாநில விழிப்புப் பணி ஆணையத்தால்/ அரசால் மற்றும் நீதிமன்றத்தால் பரிந்துரைக்கப்படும் ஊழல் குற்றச்சாட்டுகள் மற்றும் அதன் தொடர்புடைய முறைகேடுகள் பற்றிய விசாரணைகளை நடத்துதல்.

ஆ) இயக்குநரகத்தால் சேகரிக்கப்பட்ட தகவல் மற்றும் புள்ளிவிவரங்களை மாநில விழிப்புப் பணி ஆணையத்திடம் வழங்குதல்.

இ) அரசுப் பணியாளர்கள் மீது சுமத்தப்படும் குற்றசாட்டுகள் தொடர்பாக பொதுமக்களிடமிருந்து பெறப்படும் புகார்கள் குறித்து விசாரணை நடத்துதல்.

ஈ) கையூட்டு மற்றும் ஊழல் வழக்குகள் தொடுப்பதற்கான புலனாய்வு தகவல்களைச் சேகரித்தல் மற்றும் 1988 ஆம் ஆண்டு ஊழல் தடுப்பு

சட்டம் மற்றும் 26/07/2018 அன்று நடைமுறைக்கு வந்த திருத்தப்பட்ட ஊழல் தடுப்பு சட்டம் 2018 வரம்பு எல்லைக்குள் வரக்கூடிய குற்றங்களை விசாரணை செய்தல்.

உ) நம்பத்தகுந்த புகார்கள் குறித்து, உரிய நடைமுறைகள் பின்பற்றப்பட்டு பொறிவைப்பு நடவடிக்கைகள் ஏற்பாடு செய்யப்பட்டு அரசுப் பணியாளர்கள், கையூட்டு வாங்கும்போது பொறிவைத்து கையும் களவுமாகப் பிடித்தல்.

தற்போது, தமிழ்நாடு முழுவதும் 46 துணைப்பிரிவுகள் உள்ளன.

விரைவான நீதிமன்ற விசாரணையை உறுதி செய்வதற்காக, 2011 ஆம் ஆண்டில் ஊழல் தடுப்புச் சட்டத்தின் கீழ்வரும் வழக்குகளின் விசாரணைகளுக்காகவே, சென்னை, மதுரை, கோவை மற்றும் திருச்சியில் தலா ஒன்று என நான்கு சிறப்பு நீதிமன்றங்களை அரசு நிறுவியுள்ளது. 201314 ஆம் ஆண்டின் போது, விழுப்புரம், சேலம், சிவகங்கை மற்றும் திருநெல்வேலி ஆகிய இடங்களில் தலா ஒரு சிறப்பு நீதிமன்றம் என நான்கு நீதிமன்றங்கள் அமைக்கப்பட்டன.

10.09.2014 அன்று, ஊழல் தடுப்புச் சட்டம் (1988)ன் கீழ் வரும் வழக்குகளைத் தீர்ப்பதற்கு, தமிழ்நாடு முழுவதும் உள்ள அந்தந்த மாவட்டங்களில் உள்ள சிறப்பு நீதிமன்றங்கள்/ துணை நீதிபதிகளுக்கான நீதிமன்றங்களில் பணியாற்றும் முதன்மை தலைமை நீதிபதிகள் / சிறப்பு நீதிபதிகளுக்கு அரசு அதிகாரம் அளித்துள்ளது. மாநிலம் முழுவதும் மொத்தம் 36 நீதிமன்றங்கள் உள்ளன.

தற்போது சென்னை, திருச்சி, மதுரை, கோவை, திருநெல்வேலி மற்றும் நாகர்கோவில் ஆகிய இடங்களில் ஆறு ஒழுங்கு நடவடிக்கை தீர்ப்பாயங்கள் செயல்பட்டு வருகின்றன. இந்திய ஆட்சிப்பணி அதிகாரிகள் / மாவட்ட வருவாய் அலுவலர்கள் தரத்தில் உள்ள ஒழுங்குநடவடிக்கை தீர்ப்பாய ஆணையர்களுக்கு ஊழல் தடுப்பு மற்றும் கண்காணிப்புத்துறை இயக்குநரகத்தின் விசாரணைகள், பரிந்துரைக்கப்பட்டு அவரது தலைமையில் ஒழுங்கு நடவடிக்கைகளுக்கான வழக்குரைஞர்களின் உதவியுடன் விசாரணைகள் நடத்தப்படுகின்றன.

ஊழல் தடுப்பு மற்றும் கண்காணிப்புத்துறை இயக்குநரகத்தின் செயல்பாடு குறித்துப் பொதுமக்களிடையே விழிப்புணர்வை ஏற்படுத்த, ஒவ்வொரு ஆண்டும் அரசு கண்காட்சியான **"சென்னை வர்த்தகக் கண்காட்சியில்"** அரங்கு அமைக்கப்பட்டு வருகிறது. இந்த அரங்கில், ஊழலுக்கு எதிரான விழிப்புணர்வு வாசகங்கள் அடங்கிய எண்மமுறையில் அச்சிடப்பட்ட பதாகைகள் மற்றும் இயக்குநரகத்தின் செயல்பாடுகள் குறித்து மூத்த அதிகாரிகள் பார்வையாளர்களுக்கு எடுத்துரைக்கும் வகையிலமைந்த ஊழலுக்கு எதிரான காணொலிக் காட்சிகளைப் பொதுமக்களுக்குத் திரையிடுதல் போன்றவை பார்வையாளர்களுக்குக் காட்சிப்படுத்தப்படுகின்றன.

ஒரு முதல் நடவடிக்கையாக அனைத்து அரசு துறை அலுவலகங்கள் மற்றும் பொதுத்துறை நிறுவனங்களிலும் பின்வரும் செய்தியை அறி

விப்புப் பலகையில் காட்சிபடுத்துமாறு அனைத்துத் துறைத் தலைவர்களுக்கும் அரசு அறிவுறுத்தல்களை வழங்கியுள்ளது.

"கையூட்டு பெறுவது சட்டத்திற்கு எதிரானது. கையூட்டு தொடர்பான புகார்கள் ஊழல் தடுப்பு மற்றும் கண்காணிப்புத்துறை இயக்குநரகத்திற்கு அனுப்பப்படலாம்."

ஊழல் தடுப்பு மற்றும் கண்காணிப்புத்துறை இயக்குநரகம் இரண்டு கட்டணமில்லா தொலைபேசி எண்களைக் கொண்டுள்ளது. (1) ஊழல் எதிர்ப்பிற்கான உதவி அழைப்பு எண் 1064 மற்றும் (2) விழிப்புப் பணி அழைப்பு எண் 1965, இதன் வா யிலாகப் புகார்தாரர்கள் புகார் செய்யலாம்.

ஊழல் தடுப்பு மற்றும் கண்காணிப்புத்துறை இயக்குநரகம் எண்.293, எம்.கே.என். சாலை, ஆலந்தூர் , சென்னை 600016 என்ற முகவரியில் உள்ள அரசு கட்டடத்தில் மே'2016 முதல் செயல்பட்டு வருகிறது.

தலைமையகம்

ஊழல் தடுப்பு மற்றும் கண்காணிப்புத்துறை இயக்குநரக தலைமையகம் எண்.293, எம்.கே.என். சாலை, ஆலந்தூர் , சென்னை 600016 என்ற முகவரியில் அமைந்துள்ளது. ஊழல் தடுப்பு மற்றும் கண்காணிப்புத்துறை இயக்குநரகம், காவல் துறைத் தலைவரின்

பதவித்தரத்திலுள்ள இணை இயக்குநர், காவல் துறைத் துணைத் தலைவர் பதவித்தரத்திலுள்ள துணை இயக்குநர் ஆகியோரின் உதவியுடன் காவல் துறைத் தலைமை இயக்குநர்/கூடுதல் காவல் துறைத் தலைமை இயக்குநர் பதவித்தரத்திலுள்ளவரால் தலைமை வகிக்கப்படுகிறது. தமிழ்நாட்டின் அனைத்து மாவட்டங்களில் (வரைபடம் மற்றும் தகவல் தொகுதியில் அளிக்கப்பட்டுள்ளபடி) பரவியுள்ள விசாரணை அதிகாரிகளின் பணிகள் ஐந்து காவல் துறைக் கண்காணிப்பாளர்களால் கண்காணிக்கப்படுகின்றன. மேற்கூறியவற்றைத் தவிர, தேர்ந்தெடுக்கப்பட்ட பொதுப் பணியாளர்கள் தொடர்பான விசாரணைகள்/புலனாய்வுகளை கண்காணிக்க, காவல் துறை கண்காணிப்பாளர், ஊ.த.க.துறை இயக்குநரகம் ஒருவரின் உதவியுடன் இரண்டு காவல் துறைத் தலைவர்களின் கீழ், ஊ.தா.க இயக்குநரகம் சென்னையில் உள்ள இயக்குநரகத்தில், செயல்பட்டு வருகிறது. மேலும் இரண்டு புலனாய்வுப் பிரிவுகள் செயல்பட்டு வருகின்றன.

நிருவாகப் பிரிவு

ஊழல் தடுப்பு மற்றும் கண்காணிப்புத்துறை இயக்குநரத்தின் நிருவாகப் பிரிவு, 158 பணியாளர்களைக் கொண்டு ஊழல் தடுப்பு மற்றும் கண்காணிப்புத்துறை இயக்குநரத்தின் நிருவாகத்தைக் கையாளுகிறது. இந்த பிரிவினை இயக்குநர், இணை இயக்குநர், துணை இயக்குநர் மற்றும் வடக்கு சரக காவல் துறைக் கண்காணிப்பாளர்

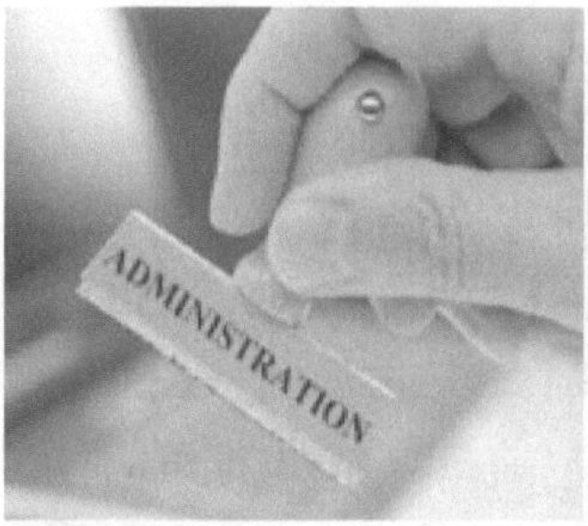

ஆகியோர் மேற்பார்வையில் கண்காணிக்கப்படுகிறது. நிருவாக அதிகாரி இந்தப் பிரிவின் தலைவராவார். ஊழல் தடுப்பு மற்றும் கண்காணிப்புத்துறை இயக்குநரகத்தின் அனைத்துக் கடிதப் பரிமாற்றங்களும், நிருவாகம் தொடர்பான அனைத்து விவகாரங்களும் நிருவாகப் பிரிவால் கவனிக்கப்பட்டு வருகிறது.

கழுக்கப்பிரிவு

ஊழல் தடுப்பு மற்றும் கண்காணிப்புத்துறை இயக்குநரகத்தின் கமுக்கப் பிரிவால் ஊழல் தொடர்பான இரகசிய விசாரணைகள்/வழக்குகள் கையாளப்படுகின்றன. இந்தப் பிரிவு, இயக்குநர், இணை இயக்குநர், காவல் துறை தலைவர், துணை இயக்குநர் மற்றும் ஐந்து சரகக் காவல் துறை கண்காணிப்பாளர்களால் மேற்பார்வையிடப்படுகிறது. இந்தப் பிரிவில் மேலாளர், கூடுதல் மேலாளர், 7 உதவி மேலாளர்கள் மற்றும் 32 சிறப்பு உதவியாளர்கள் உள்ளனர். வழக்குகள்/விசாரணைகள் தொடர்பான அரசு/விழிப்புப் பணி ஆணையர் மற்றும் துறை தலைமைகளுடன் தொடர்புடைய கடித பரிமாற்றம் ஆகியவை இந்தப் பிரிவால் கையாளப்படுகின்றன.

புலனாய்வுப் பிரிவு

ஊழல் தடுப்பு மற்றும் கண்காணிப்புத்துறை இயக்குநரகத்தின் புலனாய்வு பிரிவில் காவல்துறை கூடுதல் கண்காணிப்பாளர்கள், காவல்துறை துணைக் கண்காணிப்பாளர்கள் மற்றும் காவல்துறை

ஆய்வாளர்கள் பதவித் தரத்திலுள்ள காவல்துறை அதிகாரிகள் உள்ளனர். அவர்கள் மாநிலம் முழுவதும் பரவியுள்ள பிரிவு அலுவலகங்களில் பணியாற்றி வருகின்றனர். மேலும் பின்வரும் மாவட்ட தலைமையகங்களில், ஆய்வாளர்கள் பதவித்தரத்திலுள்ள விசாரணை அதிகாரிகள், ஏனைய துணைப் பணியாளர்களுடன் காவல் துறை

சென்னை நகர சரகம்	வடக்கு சரகம்	மத்திய சரகம்	தெற்கு சரகம்	மேற்கு சரகம்	சிறப்புப் புலனாய்வுப் பிரிவு
சென்னை நகரம்-I	காஞ்சிபுரம்	திருச்சி	மதுரை	கோயம்புத்தூர்	சிறப்புப் புலனாய்வுப் பிரிவு-I
சென்னை நகரம்-II	திருவள்ளூர்	கரூர்	விருதுநகர்	திருப்பூர்	சிறப்புப் புலனாய்வுப் பிரிவு-II
சென்னை நகரம்-III	வேலூர்	பெரம்பலூர்	தேனி	ஈரோடு	
சென்னை நகரம்-IV	கடலூர்	அரியலூர்	தூத்துக்குடி	நீலகிரி	
சென்னை நகரம்-V	விழுப்புரம்	புதுக்கோட்டை	இராமநாதபுரம்	சேலம்	
சென்னை நகர சிறப்ப பிரிவு-I	திருவண்ணாமலை	தஞ்சாவூர்	சிவகங்கை	தர்மபுரி	
சென்னை நகர சிறப்ப பிரிவு-III	செங்கல்பட்டு	நாகப்பட்டிணம்	திண்டுக்கல்	கிருஷ்ணகிரி	
தலைமையிடம்	திருப்பத்தூர்	திருவாரூர்	கன்னியாகுமரி	நாமக்கல்	
	ராணிபேட்டை	மயிலாடுதுறை	திருநல்வேலி		
	கள்ளக்குறிச்சி		தென்காசி		
	நிருவாகப் பிரிவு				

கூடுதல் கண்காணிப்பாளர் அல்லது துணை காவல் கண்காணிப்பாளரால் தலைமை வகிக்கப்படுகிறது.

வழக்கறிஞர் வி.ர.சதீஷ்குமரன்
சிட்லபாக்கம்

சட்ட பிரிவு

புலனாய்வு பணியாளர்களைத் தவிர, நீதிமன்றங்கள் மற்றும் தீர்ப்பாயங்களில் வழக்குகளைத்

நடத்தவும், ஆய்வுகள்/ விசாரணைகளில் சட்ட ஆலோசனைகளை வழங்கவும் 4 கூடுதல் சட்ட ஆலோசகர்கள், 34 துணை சட்ட ஆலோசகர்கள் மற்றும் ஒழுங்கு நடவடிக்கைகளுக்கான 6 வழக்கறிஞர்கள் அடங்கிய சட்ட பிரிவு இயங்கி வருகிறது. அலுவல் வழி சிறப்பு வழக்கறிஞர்களாக பணிபுரிந்தவர்களே, இந்த இயக்குநரகத்தின் சட்ட அதிகாரிகளாவர். அவர்களே ஊழல் தடுப்பு மற்றும் கண்காணிப்புத்துறை இயக்குநரகத்தால் விசாரிக்கப்பட்ட மற்றும் சிறப்பு நீதிபதிகளால் நடத்தப்படும் நீதிமன்ற விசாரணைகள் போன்ற, அவர்களே அனைத்து வழக்குகளையும் நடத்துவர்.

தொழில்நுட்பப் பிரிவு

இயக்குநரகத்தால் விசாரிக்கப்படும் தொழில்நுட்ப விவகாரங்கள் தொடர்புடைய வழக்குகளில், ஆலோசனை அல்லது உதவியை வழங்குவதற்கு, ஒரு மேற்பார்வை/செயற் பொறியாளர் ஒருவர் அடங்கிய தொழில்நுட்பப் பிரிவு ஒன்று உள்ளது. இது தவிர, பொதுப்பணி துறை, நெடுஞ்

சாலைகள் துறை, சென்னை பெருநகர குடிநீர் வழங்கல் மற்றும் கழிவுநீர் அகற்றுவாரியம் (CMWSSB), வனத்துறை, உள்ளூர் நிதி தணிக்கை, பல்வேறு பல்கலைக்கழகங்களின் பொறியியல் துறைகள், மாநில மற்றும் மத்திய அரசின் பகுப்பாய்வு ஆய்வகங்கள் போன்ற பல்வேறு துறைகளைச் சேர்ந்த வல்லுநர்களை தேவைக்கேற்ப, ஊழல் தடுப்பு மற்றும் கண்காணிப்புத்துறை இயக்குநரகம் பயன்படுத்திக் கொள்கிறது.

மிக மோசமான நோய் இன்றைய உலகில் ஊழல் அதற்கான சிகிச்சை

ஊழல் தடுப்பு இயக்குநரகத்தின் கடமைகள் வெளிப்படைத்தன்மை

பொது நிருவாகத்தில் ஊழலை எதிர் கொள்வதற்கான ஒரு ஒழுங்கமைக்கப்பட்ட நடவடிக்கையாக, 26.03.1964 அன்று, தமிழ்நாடு அரசு, ஊழல் தடுப்பு மற்றும் கண்காணிப்புத்துறை இயக்குநரகத்தை தனி துறையாக அமைத்தது. இது 05.05.1978 வரையில் தற்காலிக அடிப்படையில் செயல்பட்டது, அதன்பின்னர் நிரந்தரமாக்கப்பட்டது. இத்துறை, காவல்துறை தலைமை இயக்குநர் /

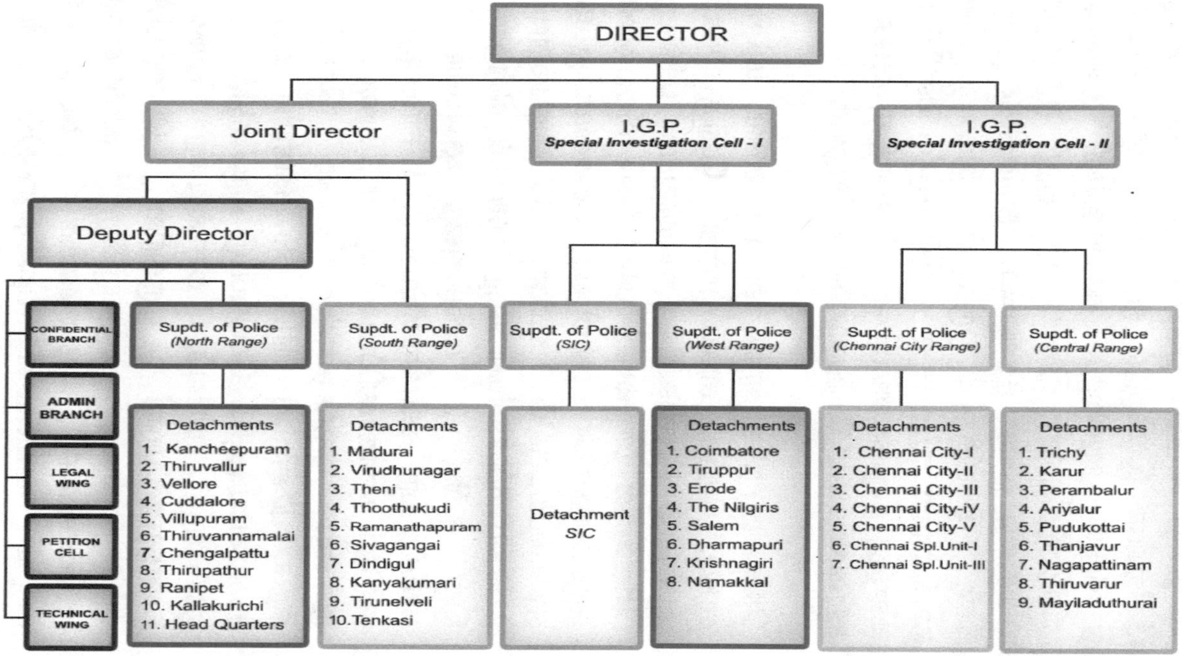
DIRECTOR
Joint Director
I.G.P.
Special Investigation Cell - I
I.G.P.
Special Investigation Cell - II
Deputy Director
CONFIDENTIAL BRANCH
ADMIN BRANCH
LEGAL WING
PETITION CELL
TECHNICAL WING
Supdt. of Police (North Range)
Detachments
1. Kancheepuram
2. Thiruvallur
3. Vellore
4. Cuddalore
5. Villupuram
6. Thiruvannamalai
7. Chengalpattu
8. Thirupathur
9. Ranipet
10. Kallakurichi
11. Head Quarters
Supdt. of Police (South Range)
Detachments
1. Madurai
2. Virudhunagar
3. Theni
4. Thoothukudi
5. Ramanathapuram
6. Sivagangai
7. Dindigul
8. Kanyakumari
9. Tirunelveli
10.Tenkasi
Supdt. of Police (SIC)
Detachment SIC
Supdt. of Police (West Range)
Detachments
1. Coimbatore
2. Tiruppur
3. Erode
4. The Nilgiris
5. Salem
6. Dharmapuri
7. Krishnagiri
8. Namakkal
Supdt. of Police (Chennai City Range)
Detachments
1. Chennai City-I
2. Chennai City-II
3. Chennai City-III
4. Chennai City-iV
5. Chennai City-V
6. Chennai Spl.Unit-I
7. Chennai Spl.Unit-III
Supdt. of Police (Central Range)
Detachments
1. Trichy
2. Karur
3. Perambalur
4. Ariyalur
5. Pudukottai
6. Thanjavur
7. Nagapattinam
8. Thiruvarur
9. Mayiladuthurai

காவல்துறை கூடுதல் தலைமை இயக்குநர் பதவித் தரத்திலுள்ள இயக்குநர் ஒருவரின் தலைமையின் கீழ் செயலாற்றுகிறது. காவல்துறை தலைவர் பதவித்தரத்திலுள்ள இணை இயக்குநர் ஒருவரும், காவல்துறை துணைத்தலைவர் பதவித்தரத்திலுள்ள துணை இயக்குநர் ஒருவரும் இயக்குநருக்கு உதவுகின்றனர். அவர்கள் ஊழல் தடுப்பு பணியின் அனைத்து கூறுகளையும் ஒருங்கிணைத்து, முக்கிய விசாரணைகளை மேற்பார்வையிடுகின்றனர்.

* சென்னை நகர சரகம், வடக்கு சரகம், மத்திய சரகம், தெற்கு சரகம் மற்றும் மேற்கு சரகம் ஆகிய 5 சரகங்களில் அமைந்துள்ள பல்வேறு பிரிவுகளில் பரவலாகப் பணிபுரியும் விசாரணை அலுவலர்களின் பணியினை, சென்னையிலுள்ள தலைமையகத்தில் உள்ள 5 காவல்துறை கண்காணிப்பாளர்கள் மேற்பார்வையிடுகின்றனர். இது தவிர, 2 காவல்துறை தலைவர், 1 காவல்துறை கண்காணிப்பாளர், 1 காவல்துறை கூடுதல் கண்காணிப்பாளர் மற்றும் 2 காவல்துறை துணை கண்காணிப்பாளர்களை கொண்ட சிறப்பு புலனாய்வு பிரிவு, சென்னையில் உள்ள தலைமையகத்தில் செயல்பட்டு வருகிறது.
* ஒவ்வொரு பிரிவும், காவல்துறை துணை கண்காணிப்பாளர் ஒருவரின் பொறுப்பின் கீழ் உள்ளது. அவருக்கு, காவல்துறை ஆய்வாளர்கள் தலைமைக் காவலர்கள் மற்றும் காவலர்கள் பதவித்தரத்தில் உள்ள துணை பணியாளர்களுடன் உதவுகின்றனர்.

சென்னை நகர பிரிவு–II மற்றும் சென்னை மாநகர சிறப்பு பிரிவின் காவல்துறை துணை கண்காணிப்பாளர் பதவியிடங்கள், காவல்துறை கூடுதல் கண்காணிப்பாளர் பதவியிடமாக தரம் உயர்த்தப்பட்டுள்ளன. மேற்கூறிய பிரிவுகள் ஐந்து சரகங்களாக பிரிக்கப்பட்டு, ஒவ்வொரு சரகமும் ஒரு காவல் கண்காணிப்பாளரின் பொறுப்பில் செயல்படுகிறது. 5 காவல் கண்காணிப்பாளர்களில், 4 பேர், அவரவரின் சரக எல்லைக்குட்பட்ட பிரிவு அலுவலகங்களின் பணியை மேற்பார்வையிடும் காவல்துறை சரக கண்காணிப்பாளர்களாக பணிபுரிகின்றனர், மீதமுள்ள வடக்கு சரக காவல் கண்காணிப்பாளர் தனது சரக பணியுடன் சேர்ந்து தலைமையக நிருவாகப் பணி தொடர்பாக இயக்குநருக்கு உதவிபுரிகிறார். ஒவ்வொரு காவல்துறை சரக கண்காணிப்பாளர்களின் கீழ் செயல்படும் ஊழல் தடுப்பு மற்றும் கண்காணிப்புத்துறை பிரிவுகள் கீழே அட்டவணைப்படுத்தப்பட்டுள்ளன:

எண் சரகம் பிரிவுகள்

1. சென்னை நகர சரகம் செ.ந.மி, செ.ந. II செ.ந. III செ.ந.IV, செ.ந.V, செ.சி.பி.மி, செ.சி.பி.III மற்றும் தலைமையகம்.

2. வடக்கு சரகம் காஞ்சிபுரம், திருவள்ளூர், வேலூர், கடலூர், விழுப்புரம், திருவண்ணாமலை, செங்கல்பட்டு, திருப்பத்தூர், ராணிபேட்டை, கள்ளகுறிச்சி மற்றும் நிருவாகப் பிரிவு.

3. மத்திய சரகம் திருச்சி, கரூர், பெரம்பலூர்,

அரியலூர், புதுக்கோட்டை, தஞ்சாவூர், நாகப்பட்டினம், திருவாரூர் மற்றும் மயிலாடுதுறை.

4. தெற்கு சரகம் மதுரை, விருதுநகர், தேனி, தூத்துக்குடி, ராமநாதபுரம், சிவகங்கை, திண்டுக்கல், கன்னியாகுமரி, திருநெல்வேலி மற்றும் தென்காசி.

5. மேற்கு சரகம் கோயம்புத்தூர், திருப்பூர், ஈரோடு, நீலகிரி, சேலம், தர்மபுரி, கிருஷ்ணகிரி மற்றும் நாமக்கல்.

இந்த இயக்குநரகம், ஒழுங்கு நடவடிக்கைகள் தொடர்பாக நீதிமன்றங்களிலும் தீர்ப்பாயங்களிலும் வழக்குகளைத் தொடரவும், நடத்தவும், 4 கூடுதல் சட்ட ஆலோசகர்கள், 34 துணைச் சட்ட ஆலோசகர்கள் மற்றும் 6 வழக்குரைஞர்களைக் கொண்ட, சொந்த சட்ட அலுவலர்களை கொண்டுள்ளது.

இந்த இயக்குநரகத்தின் சட்ட அலுவலர்கள், ஊழல் தடுப்பு மற்றும் கண்காணிப்புத்துறை இயக்குநகரத்தால் விசாரிக்கப்பட்டு, 1988 ஆம் ஆண்டு ஊழல் தடுப்புச் சட்டத்தின் (மத்திய சட்டம் 49/1988) பிரிவு 3(i) இன் கீழ் நியமிக்கப்படுகிற சிறப்பு நீதிபதிகளால் தீர்ப்பு வழங்கத்தக்க அனைத்து வகை வழக்குகளுக்கும் அலுவல்வழி சிறப்பு அரசு வழக்குரைஞர்களாக அறிவிக்கப்படுகிறார்கள்.

தொழில்நுட்ப ஆலோசனைகள் வழங்குவதற்கும் மற்றும் விசாரணைகள் / புலனாய்வுகளில் உதவுவதற்கும், அரசின் பல்வேறு பொறியியல் துறைகளுடன் தொடர்பைப் பேணுவதற்கும், தலைமையகத்தில் முழுநேர அலுவலராக, செயற்பொறியாளர் / கண்காணிப்பு பொறியாளர் ஒருவர் இயக்குநரகத்தில் செயல்பட்டு வருகிறார்.

மேலும், வழக்குகளின் விசாரணையில் ஊழல் தடுப்பு மற்றும் கண்காணிப்புத்துறை இயக்குநரகத்திற்கு உதவுவதற்காக, ஒரு கைரேகை பிரிவு இயங்கி வருகிறது.

இயக்குநரகத்திற்கு தேவையான காவல்துறை அலுவலர்கள் மற்றும் காவலர்களை காவல்துறை யிலிருந்தும், தொழில்நுட்ப அலுவலர்களை நெடுஞ்சாலைகள்துறை மற்றும் பொதுப்பணித் துறையிலிருந்தும் தேர்ந்தெடுக்கப்படுகின்றனர். சட்ட ஆலோசகர், துணை சட்ட ஆலோசகர்கள் மற்றும் வழக்குரைஞர்கள் பணியிடங்கள், மாநில அரசு பணியிலுள்ள சட்ட அலுவலர்களிலிருந்து பணியமர்த்துதல் அல்லது இயக்குநரகத்தில் உள்ள சட்ட அலுவலர்களிலிருந்து பதவி உயர்வு அளித்தல் வாயிலாக நிரப்பப்படுகின்றன.

விழிப்புப்பணி ஆணையரால் குறிப்பிடப்படும் ஊழல் மற்றும் அதனுடன் தொடர்புடைய முறைகேடுகள் தொடர்பான புகார்கள் மீது விசாரணை மேற்கொண்டு, இயக்குநரகத்தால் திரட்டப்படும் அனைத்துத் தகவல்களையும் புள்ளிவிவரங்களையும் ஆணையத்திடம் வழங்குதல், ஊழல் தடுப்பு மற்றும் கண்காணிப்புத்துறை இயக்குநரகத்தின் பொதுவான பணியாக இருப்பினும், அதன் முக்கிய பொறுப்புகள் கீழ்கண்டவாறு உள்ளன.

1) லஞ்சம் மற்றும் ஊழல் தொடர்பான வழக்குகளைக் கண்டறிவதற்கும், 1988 ஆம் ஆண்டு ஊழல் தடுப்புச் (மத்திய சட்டம் 49, 1988) சட்டத்தின் பிரிவு 7 முதல் 15 வரையுள்ள குற்றங்களை விசாரிப்பதற்கும் தகவல்களை திரட்டுதல் மற்றும்

1947 ஆம் ஆண்டு ஊழல் தடுப்புச் சட்டத்தின் பிரிவு 5 மற்றும் இந்திய தண்டனைச் சட்டத்தின் பிரிவு 161 முதல் 165கி ஆகிய வரம்புகளுக்குள் வருகின்ற, 09.09.1988 ஆம் நாளுக்கு முன்னர் செய்யப்பட்ட குற்றங்கள், ஊழல் தடுப்பு மற்றும் கண்காணிப்புத்துறை இயக்குநரகத்தால் விசாரிக்கப்படும்.

2) குற்றவியல் முறைகேடு (லஞ்சம் மற்றும் ஊழல்), குற்றவியல் கையாடல், நம்பிக்கை மீறல் போன்றவை மற்றும் அரசுப் பணியாளர்களின் ஏனைய குற்றச் செயல்கள் தொடர்பாக, பொது மக்கள் அல்லது அரசு, விழிப்புப்பணி ஆணையர் மற்றும் துறை அதிகாரிகளிடமிருந்து பெறப்படும் புகார்களை விசாரித்தல்.

ஊழல் தடுப்பு மற்றும் கண்காணிப்புத்துறை இயக்குநரகத்தின் பங்கு விசாரணைகள் / புலனாய்வுகளின் தன்மை

ஊழல் தடுப்பு மற்றும் கண்காணிப்புத்துறை இயக்குநரகம், அலுவல் அதிகாரத்தைப் பயன்படுத்தி, மாநில அரசின் கட்டுப்பாட்டில் உள்ள அரசு பணியாளர்கள் மற்றும் மாநில அரசால் நிறுவப்பட்ட பொது நிறுவனங்கள் மற்றும் கழகங்களைச் சேர்ந்த பணியாளர்களால் நடத்தப்படும் லஞ்சம் அல்லது ஊழல் மற்றும் தொடர்புடைய முறைகேடுகள் குறித்து பெறப்படும் புகார்கள்/தகவல்கள் மீது விசாரணைகள்/ புலனாய்வுகளை மேற்கொள்கிறது. பொதுவாக, புகார்கள்/தகவல்கள் மீதான முதல்நிலை விசாரணை, தொடக்க விசாரணை மேற்கொள்ளப்படும்,. முதல்நிலை

விசாரணையில், விரிவான விசாரணைக்கு தகுந்த உள்ளடக்கம் உள்ள நேர்வில், விரிவான விசாரணை மேற்கொள்ளப்படும். முதல்நிலை விசாரணையில் அல்லது விரிவான விசாரணையில் பெறப்படும் தகவல்கள், குற்றவியல் வழக்கு தொடர்வதற்கான முகாந்திரம் உள்ள நேர்வில், குற்றவியல் நடைமுறை சட்டம் (1973)ன் 154 ஆம் பிரிவின் கீழ் வழக்கமான வழக்கு பதிவு செய்யப்பட்டு, குற்றவியல் நடைமுறைச் சட்டம் (1973) ன் தொடர்புடைய விதிகளின்படி விசாரணை மேற்கொள்ளப்படும். குறிப்பிட்ட அரசு பணியாளர் ஒருவர், குறிப்பிட்ட நேர்வு ஒன்றில், அவரது அலுவலகக் கடமையை நிறைவேற்றுவதற்குப் பணம் கோருவதாக நம்ப தகுந்த உறுதியான தகவல் கிடைக்கப்பெறும்போது, குற்றவியல் நடைமுறை சட்டத்தின் 154 ஆம் பிரிவின் கீழ் கோரப்பட்டுள்ளவாறு, குற்றவியல் நடைமுறை சட்டத்தின்படி தண்டனைக்குரிய குற்றம் செய்ததற்கான வழக்கு ஒன்று பதிவு செய்யப்பட்டு, சட்டவிரோதமாக பணம் பெறுகின்ற நேர்வில், குற்றம் சாட்டப்பட்டவரை பொறிவைத்துக் கையும் களவுமாக பிடிப்பதற்கு ஏற்பாடு செய்யப்படுகிறது.

DVAC

காவல் நிலையமாக அறிவிக்கப்படுதல்

இயக்குநரகத்தின் தலைமையகம், முழு மாநிலத்தின் மீதும் அதிகார வரம்பு கொண்ட ஒரு காவல் நிலையமாக அ/1 றிவிக்கப்பட்டுள்ளது.மேலும், இயக்குநரகத்தில், காவல்துறை ஆய்வாளர் மற்றும் அதற்கு மேலான பதவியிலுள்ள அனைத்து காவல்துறை அலுவலர்களும், 1973 ஆம் ஆண்டு குற்றவியல் நடைமுறைச் சட்டத்தின் (மத்திய சட்டம் 2/1974) 2(s) பிரிவின் கீழ், காவல் நிலையத்தின் பொறுப்பு அலுவலருக்கான அதிகாரங்களைப் பெற்றிருப்பதாக அறிவிக்கப்பட்டுள்ளது. இயக்குநரகத்தின் அனைத்துப் பிரிவுகளும், அந்தந்த மாவட்டங்களின் எல்லைகள் முழுவதற்கும் அதிகார வரம்பைக் கொண்ட காவல் நிலையங்களாக அறிவிக்கப்பட்டுள்ளன.

புலனாய்வு மற்றும் கைது அதிகாரங்கள்

09.09.1988 ஆம் ஆண்டுக்கு முன்னர் செய்யப்பட்ட குற்றச் செயல்கள் தொடர்பாக, நேர்விற்கேற்ப, 1988 ஆம் ஆண்டு ஊழல் தடுப்புச் சட்டம் (மத்திய சட்டம் 49/1988) அல்லது இந்திய தண்டனைச் சட்டத்தின் பிரிவு 161, பிரிவு 165 அல்லது பிரிவு 165கி அல்லது 1947 ஆம் ஆண்டு ஊழல் தடுப்புச் சட்டத்தின் 5 ஆம் பிரிவைச் சேர்ந்த (2) உட்பிரிவு ஆகியவற்றின் கீழ் தண்டனை

வழங்கத்தக்க யாதொரு குற்றம் தொடர்பாகவும் புலனாய்வு செய்வதற்கு, ஊழல் தடுப்பு மற்றும் கண்காணிப்புத்துறை இயக்குநரகத்தின் காவல்துறை துணை கண்காணிப்பாளர்களுக்கு அதிகாரமளிக்கப்பட்டுள்ளது.

1988ஆம் ஆண்டு ஊழல் தடுப்புச் சட்டத்தின் (மத்தியச் சட்டம் 49/1988) 17ஆம் பிரிவின் முதலாவது விதியின் கீழ், விசாரணை மற்றும் கைது செய்வதற்கான அதிகாரங்களை செயற்படுத்துவதற்கு இவ்வியக்ககத்தின் அனைத்து காவல் ஆய்வாளர்களுக்கும் அதிகாரம் வழங்கப்பட்டுள்ளது. எனினும், A மற்றும் B குழுவினைச் சேர்ந்த யாதொரு அலுவலரையும், பிடியாணையின்றி கைது செய்வதற்கான அதிகாரம் மேற்சொன்ன காவல் ஆய்வாளர்களுக்கு கிடையாது.

கண்காணிப்புப் பணி
ஊழலைக் கையாளுதல்
Handling of Corruption

ஊழலை ஒழிக்க மற்றும் கண்காணிக்க என இரண்டு முறைகளில் ஊழல் நடவடிக்கைகள் கையாளப்படுகின்றன. பாதிக்கப்பட்டவர்களிடமிருந்து வரப்பெற்ற புகார்கள், நம்பகத் தன்மையுள்ள

தகவல்கள், வருமான வரி கணக்குகளின் ஆய்வு, அசையாச் சொத்து கணக்குகள் மற்றும் சொத்து வரி, பரிசு வரி மற்றும் மறைமுக வரி அறிக்கைகள் மூலம் ஊழல்கள் நடைபெறுவதை கண்டறியப்படுகிறது. ஒவ்வொரு நிறுவனமும் உள் தணிக்கை மற்றும் சட்டப்பூர்வ தணிக்கைக்கு உட்பட்டதாகும். அத்தகைய தணிக்கை அறிக்கைகள் ஊழல் இனங்களைப் புலப்படுத்தும். இந்தியாவின் தலைமை கணக்கு தணிக்கை அலுவலர் போன்ற அரசமைப்பு அமைப்புகளும் மதிப்பீட்டு குழு, பொது கணக்கு குழு மற்றும் பொது நிறுவனங்கள் குழு ஆகிய சட்டமன்ற குழுக்களும் ஒவ்வொரு துறையின் / பொது துறை நிறுவனங்களின் செயல்பாடுகளையும் அவ்வப்போது ஆய்வு செய்து அனைத்து. பரிவர்த்தனைகளிலும் நேர்மையுடன் செயல்பட வழிவகை செய்கின்றன, இந்த அறிக்கைகளை கூர்ந்தாய்வு செய்வது ஊழல் இனங்கள் கண்டறியப்பட்டு ஊழல் வழக்குகளை தொடங்குவதற்கும் வழி வகுக்கிறது. ஊழல் தடுப்பு மற்றும் கண்காணிப்பு துறை இயக்ககத்தால் பின்வரும் ஊழல் தடுப்பு பணிகள் மேற்கொள்ளப்படுகின்றன.

Trap

நிர்வாகத்தின் உயர்மட்ட அளவிலான, ஊழலுக்கு எதிரான போராட்டத்தில் இது மிகவும் பயனுள்ளதொரு கருவியாகும்; ஏனெனில், இவ்விவகாரத்தில் ஈடுபட்டுள்ள ஊழல் செய்த அரசு பணியாளர் மீது உடனடி தாக்கம் ஏற்படுத்துவதோடு ஊழல் செய்வதிலிருந்து மற்றவர்களையும் தடுக்கிறது.

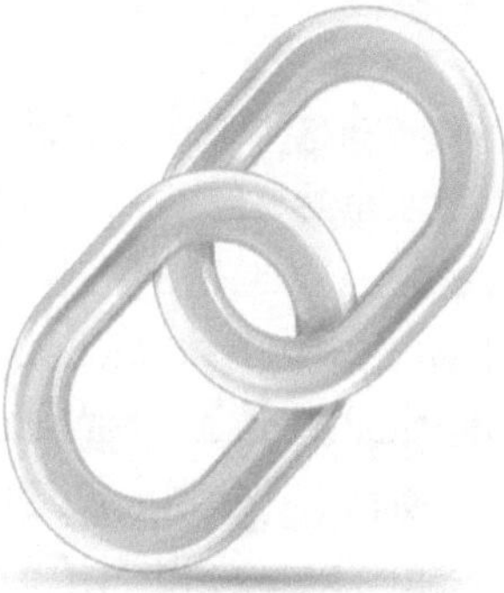

ஒரு குறிப்பிட்ட அரசு ஊழியர் தனது அலுவலகக் கடமைகளை நிறைவேற்றுவதற்கு அல்லது அதை செய்யாமல் இருப்பதற்காக லஞ்சம் கேட்கிறார் என்று புகார் வரப்பெற்று, அத்தகைய லஞ்சத் தொகையை அவர் பெறும் நேரத்தில், குறிப்பிட்ட அந்த அரசு ஊழியரைக் கையும் களவுமாகப் பிடிப்பதற்கு பொறி வைக்கப்படும். புகார்தாரரின் புகாரின் உண்மைத் தன்மையையும் புகார் அளிக்கப்பட்ட அரசு பணியாளரின் நடத்தையை பொறிவைத்து பிடிப்பதற்கு முன்னரே சரிபார்த்த பின்னர் சார்பற்ற சாட்சியங்களின் முன்னிலையில் ஊழல் தடுப்பு மற்றும் கண்காணிப்பு துறை இயக்ககத்தின் அலுவலர்கள் அவர்களை பிடிப்பதற்கான ஏற்பாடுகளை மேற்கொள்வர். அவரை பிடிப்பதற்கான நடவடிக்கை செயற்படுத்தப்பட்டவுடன், அரசு ஊழியர்

கைது செய்யப்பட்டு அவர் மீது குற்ற நடவடிக்கை தொடரப்படும். இந்த நடவடிக்கையில் பங்கேற்கும் புகார்தாரருக்கு இச்சட்டம் ஊக்கமளிக்கும். ஊழல் தடுப்பு மற்றும் கண்காணிப்பு துறை இயக்ககத்தின் விசாரணை அலுவலரின் அறிவுறுத்தலின்பேரில், சந்தேகத்திற்கு உள்ளான அலுவலரிடம் புகார்தாரர் அவர் கேட்ட தொகையை அல்லது பொருளை அளிக்க வேண்டும்.

வருமானத்திற்கு மீறிய சொத்துக்கள் குவிப்பு குற்றவியல் நடத்தை

DPAssets

பொதுவாக ஊழல் நடவடிக்கைகள் கூட்டாகச் செய்யப்படுவதால், அரசு ஊழியர்களின் குறிப்பிட்ட கோரிக்கைகள் குறித்து புகார் அளிக்க பலர் முன்வருவதில்லை. அத்தகைய ஊழலில் ஈடுபடும் அரசு ஊழியர்களை சட்டத்தின் முன் நிறுத்துவதற்கான ஒரே மாற்று வழி அவர்களின் சொத்துகளைப்பற்றி விசாரிப்பதுதான். மூத்த அதிகாரிகள் நேரடியாக பணம் பெறுவதில்லையாதலால், அவர்களைச் சிக்க வைப்பது கடினம். மறுபுறம், அவர்கள் இலஞ் சமாக பெற்ற பணத்தை அசையும் மற்றும் அசையா சொத்துக்களில் முதலீடு செய்கிறார்கள். இந்த முறையில், நேர்மையற்றவர் என்று பொதுமக்களிடம் அவர் பெயர் பெற்றுள்ளதன் அடிப்படையில், ஒரு அரசு ஊழியர்மீது இலக்கு வைக்கப்படுகிறது. இந்த விசாரணையில், சந்தேகத்திற்குரிய அரசு ஊழியரின் சொத்துக்கள், ஈட்டப்பட்ட வருவாய் மற்றும் சட்டபூர்வமாக அறியப்பட்ட வருமான ஆதாரங்களுக்கு

மாறாக உள்ள சொத்துக்களைப் பெறுவதற்காக மேற்கொள்ளப்பட்ட செலவினம் ஆகிய ஆதாரங்கள் சேகரிக்கப்படுகின்றன. குற்றம் நிரூபிக்கப்பட்ட முக்கிய வழக்குகளில், நீதிமன்ற ஆணைகளின் மூலம் அரசிடம் மேற்கண்டவாறு வருமானத்திற்கு அதிகமாக ஈடுபட்டதாக கண்டறிப்பட்ட சொத்துக்கள் இணைக்கப்படுகின்றன. வழக்கு வெற்றியடைந்த பின்னர், வருமானத்துக்கு அதிகமான சொத்துக்களை பறிமுதல் செய்வதற்கும் வழிவகை உள்ளது.

தவறான அதிகார பிரயோகம் / குற்றவியல் தவறான நடத்தை

Abuse of Authority

அரசு ஊழியர் தவறான அதிகார பிரயோக செயல்களில் ஈடுபடும் நேர்வுகளை விசாரணை செய்வதன் வாயிலாகவும் ஊழல்கள் கண்டறியப்படுகிறது. அரசு ஊழியர்களால், அவருக்கோ அல்லது வேறு யாரேனும் ஒருவருக்கோ பண ஆதாயத்திற்காக இத்தகைய தவறான அதிகார பிரயோகங்கள் மேற்கொள்ளப்படுகின்றனவா என்றும் இதனால் அரசுக்கு ஏற்பட்ட இழப்பு குறித்தும்

மதிப்பிடப்படுகிறது. ஒப்பந்தங்கள், வழங்கல் ஆணைகள், கொள்முதல் ஆணைகள் முதலியவற்றை வழங்கியது தொடர்பான கோப்புகளிலிருந்து அத்தகைய விசாரணைக்கான ஆவணங்கள் சேகரிக்கப்படும். பொதுவாக யாதொரு நியாயமான காரணம் இன்றி குறைந்த ஏலப்புள்ளிகள் நிராகரிக்கப்பட்டது தெரிந்தே குறைந்த தரத்திலான பொருட்களை ஏற்றுக்கொண்டது,

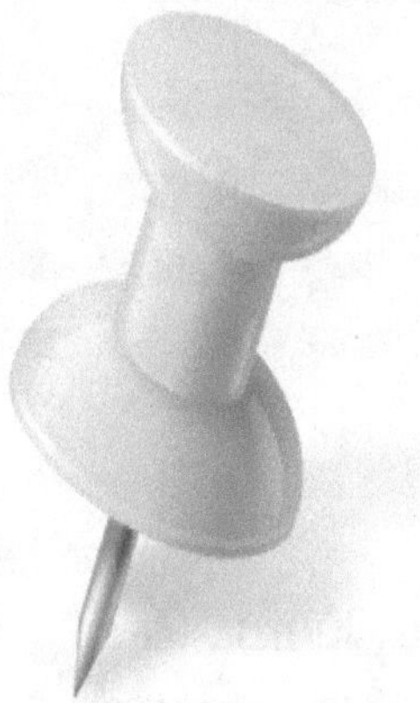

வரி அமலாக்க அதிகாரிகளோடு இணைந்து தனி நபர்கள் / நிறுவனங்களால் வரி ஏய்ப்பு செய்யப்பட்டது முதலிய நிகழ்வுகள் இத்தகைய பகுதியின் கீழ் வரும். தனிநபருக்கான பண ஆதாயத்துடன் தவறான அதிகார பிரயோகமும் செய்யப்பட்டுள்ளது என்பதையும் அதனால் அரசுக்கு இழப்பு ஏற்பட்டுள்ளது என்பதையும் கோப்புகளின் ஆய்வு வெளிப்படுத்தினால், சம்பந்தப்பட்ட அரசு பணியாளர்கள் மற்றும் தனி நபர்கள் மீது முறையான பதிவு வழக்குகள் பதிவு செய்யப்பட்டு விசாரணை மேற்கொள்ளப்படும்.

கண்காணிப்பு செயல்பாடுகள்

"Fight corruption if you want a better society! "

தகவல் சேகரிப்பு

பல்வேறு துறைகளில் நடைபெறும் முறைகேடுகள் மற்றும் ஊழல் நடவடிக்கைகள் குறித்த தகவல்களை சேகரிப்பது ஊழல் தடுப்பு மற்றும் கண்காணிப்புத்துறை இயக்கக்கத்தின் முக்கிய கடமைகளுள் ஒன்றாகும். அனைத்து துறை தலைவர்களும் பொதுத் துறை நிறுவனங்களும் 50 இலட்சம் ரூபாய் மற்றும் அதற்கு மேற்பட்ட மதிப்பிலான அனைத்து திட்டங்கள், திட்டப்பணிகள் அல்லது ஒப்பந்த தீர்வுகள் குறித்து ஊழல் தடுப்பு மற்றும் கண்காணிப்பு இயக்ககத்திற்கு தெரிவிக்க வேண்டும். இதனால், அத்தகைய திட்டங்கள் / திட்டப்பணிகளைச் செயற்படுத்துவதில் ஏதேனும் முறைகேடுகள் அல்லது ஊழல்கள் நடைபெறுகிறதா என்பதை கண்டறிவதற்காக, அவற்றை இவ்வியக்ககம் கண்காணிக்கும். பிற துறைகளிலிருந்து பெறப்படும் இத்தகைய தகவல்கள், கண்காணிப்பிற்காக ஊழல் தடுப்பு மற்றும் கண்காணிப்புத்துறையின், சம்பந்தப்பட்ட மாவட்ட பிரிவிற்கு தெரிவிக்கப்படும்.

திடீர் சோதனைகள்

சில நேரங்களில், அரசு அலுவலகத்தில் நடைபெற்றுகொண்டிருக்கும் ஊழல்கள் குறித்து

வரபெற்ற நம்பகமான தகவலைச் சரிபார்க்கும் வகையில், ஊழல் நடைபெறுகிறது என்று சந்தேகிக்கப்படும் இடங்களில், துறை அதிகாரிகள் அல்லது மாவட்ட ஆய்வுக்குழு அலுவலர்களுடன் இணைந்து ஊழல் தடுப்பு மற்றும் விழிப்புப்பணி இயக்கக அதிகாரிகள் கூட்டு திடீர் சோதனைகள் நடத்தப்படுகின்றன. எடுத்துக்காட்டாக, சோதனைச் சாவடிகளின் நுழைவு பகுதிகளில் நடத்தப்படும் திடீர் சோதனைகள் ஆதாரமில்லா பணம் எடுத்துச் செல்லப்படுவதைக் கண்டுபிடிக்க உதவும். அத்தகைய பணம், சட்டத்திற்கு புறம்பான வகையில் பெறப்பட்ட தொகை என்றே கருதப்பட்டு (வாகன ஓட்டுநரை விட்டுவிட்டு) விசாரணைக்கு பின்னர் வழக்கு தொடரப்படும். சில நேரங்களில், சேமிப்பு கிடங்குகளில் நடத்தப்பட்ட திடீர் ஆய்வுகள், இருப்பு விவரங்களைக் காட்டிலும் சரக்குகள் குறைவாக இருப்பதைக் கண்டறிவதற்கு வழிவகுக்கும். இதனால், மேற்கொண்டு விசாரணை மேற்கொள்ள வேண்டியது அவசியமாகும்.

"Honest people become away from corruption."

விழிப்பு அறிக்கைகள்

ஊழலுக்கு எதிரான பணியில் உறுதியான தகவல்களை சேகரிப்பதற்கு, ஆதாரங்கள் குறித்த அறிக்கைகள் மிகவும் இன்றியமையாததாகும். பின்வரும் வகையிலான ஊழல் மற்றும் முறைகேடுகளில் விழிப்புப்பணி தகவல்கள் சேகரிக்கப்படுகின்றன. அவையாவன:

(அ) தொகுதி A மற்றும் B குழு அலுவலர்கள் அளவில் ஊழல்.
(ஆ) அரசுக்கு நிதி இழப்பு ஏற்படுத்திய ஊழல் நடவடிக்கைகள்.
(இ) பெருமளவிலான தொகையை உள்ளடக்கிய ஊழல் நடவடிக்கைகள்.
(ஈ) சம்பந்தப்பட்ட அரசு பரிவர்த்தனைகளுடன் தொடர்புடைய ஆவணங்களில் உள்ள சாட்சியத்தால் வெளிப்படக்கூடிய ஊழல்கள் மற்றும்
(உ) பெரும் எண்ணிக்கையிலான பொது மக்களை பாதிக்கக்கூடிய மற்றும் அதன் வாயிலாக அரசின் மீதான மதிப்பை குறைக்கும் ஊழல் நடவடிக்கைகள்.

உள் கண்காணிப்பு அமைப்பு

பெரும்பாலான பொதுத்துறை நிறுவனங்கள் தங்கள் நிறுவனங்களில் நடக்கும் ஊழல் நடவடிக்கைகளைக் கண்காணிப்பதற்கு உள் கண்காணிப்பு அமைப்புகளை கொண்டுள்ளன. ஊழல் தொடர்புடைய குறிப்பிட்ட நிகழ்வுகள் அல்லது முதல் நோக்கில் சாட்சியம் கண்டறியப்படும் நேர்வில், வழக்குகளை முழுமையான விசாரணைக்காக அவர்கள் ஊழல் தடுப்பு மற்றும் கண்காணிப்பு இயக்குநரகத்திற்கு அனுப்புகிறார்கள்.

"We will do our part so corruption will be caught"

ஊழல் தடுப்பு கண்காணிப்பு

புலனாய்வுகள் மற்றும் விசாரணைகளின் போது, அமைப்புகளில் நிலவும் தப்பிக்கும் வழிகளையும் செயல்பாட்டு முறைகேடுகளையும்

ஊழல் தடுப்பு மற்றும் கண்காணிப்பு இயக்குநரகம் கண்டறிகிறது. ஊழல் நடக்கக்கூடிய பகுதிகளும் கண்டறியப்பட்டுள்ளன. இத்தகைய அனுபவ அறிவின் அடிப்படையில், அமைப்பை திறம்பட மேம்படுத்துவதற்கான திருத்த நடவடிக்கைகளைத் தொடங்குவதற்கான பரிந்துரைகள் அடங்கிய அறிக்கைகள் அரசுக்கு அனுப்பப்படுகின்றன. இதன் வாயிலாக இனிவருங்காலத்தில் ஊழல்செயல்பாடுகளுக்கான வாய்ப்பு கணிசமாக குறைக்கப்படுகிறது.

விசாரணைகள் - புலனாய்வுகள்

முதற்கட்ட விசாரணை

ஒரு புகார்/தகவல் குறித்த முதல் விசாரணை என்பது முதற்கட்ட விசாரணையின் (PE) தன்மையில் உள்ளது. முதற்கட்ட விசாரணை சாட்சியங்களை தொடர்பு கொண்டும், ஆதாரங்கள் வாயிலாக துறை சார்ந்த பதிவுகளை ஆய்வு செய்தும் நடத்தப்படுகிறது. முதற்கட்ட விசாரணை அல்லது பெறப்பட்ட புகார், மேல் நடவடிக்கைக்கு தகுதியான போதிய தகவலை கொண்டிருக்கும் நேர்வில், விரிவான விசாரணை (DE) அல்லது பதிவுறு வழக்கு (RC) பதிவு செய்யப்படும்.

விரிவான விசாரணை

ஒரு விரிவான விசாரணையில், சாட்சிகளின் வழக்கமான விசாரணை மற்றும் ஆவணங்கள் மற்றும் பதிவுகள் ஆகியவை ஆய்வு செய்யப்படும். இருப்பினும், வழக்கின் தன்மையை கருத்தில் கொண்டு, அத்தகைய விசாரணைகளில் தேவையற்ற விளம்பரம் விரும்பத்தக்கதல்ல. துறை ரீதியான ஒழுங்கு நடவடிக்கைகான விசாரணை அல்லது தீர்ப்பாயத்தின் முன்பு நடைபெறும் ஒழுங்குமுறை நடவடிக்கைகள் அல்லது பதிவுறு வழக்கு பதிவு செய்வதற்கான நிலையான சான்றுகள் கிடைக்கப்பெறுவதை கண்டறிதல் ஆகியவை விரிவான விசாரணையின் முக்கிய நோக்கமாகும்.

பதிவுறு வழக்கு

முதற்கட்ட விசாரணையில் அல்லது விரிவான விசாரணையில் அல்லது கண்காணிப்பு அறிக்கை போன்றவற்றின் மூலம் வழக்கு பதிவு செய்ய முகாந்திரம் இருப்பதாகக் கண்டறியப்படும் நேர்வில், 1973 ஆம் ஆண்டு குற்றவியல் நடைமுறைச் சட்டத்தின் 154 ஆம் பிரிவின் கீழ் பதிவுறு வழக்கு (RC) பதிவு செய்யப்பட்டு விசாரணை மேற்கொள்ளப்படும்.

விசாரணை அல்லது ஒரு வழக்கில் குற்றச்சாட்டுகள் முழுமையாக அல்லது பகுதியாக நிரூபிக்கப்படும் நேர்வில், இயக்குநரகம் அதன் இறுதி அறிக்கையை கண்காணிப்பு ஆணையருக்கு அனுப்பும். விசாரணை/புலனாய்வின் போது சேகரிக்கப்பட்ட ஆதாரங்களின் தன்மையைப் பொறுத்து, ஊழல் தடுப்பு மற்றும் கண்காணிப்பு இயக்குநரகம் நீதிமன்றத்தில் வழக்கு தொடரவும், ஒழுங்கு நடவடிக்கைகளுக்கான தீர்ப்பாயத்தால் விசாரணை மேற்கொள்வதற்கு அல்லது துறை சார்ந்த அதிகாரிகளால் ஒழுங்கு நடவடிக்கை எடுப்பதற்கு அல்லது அடுத்த நடவடிக்கையை எடுப்பதை கைவிடுவதற்கு பரிந்துரைக்கிறது. தேவைப்படும் நேர்வில், சுதந்திரமான மற்றும் நியாயமான விசாரணை / புலனாய்வை உறுதி செய்வதற்காக, குற்றஞ்சாட்டப்பட்ட அரசு பணியாளரை அதிகாரமற்ற முக்கியத்துவம் குறைவான பதவிக்கு பணியிடமாற்றம் செய்ய ஊழல் தடுப்பு மற்றும் கண்காணிப்பு இயக்குநரகம் பரிந்துரைக்கிறது. ஒரு அரசு பணியாளர் மீது நீதிமன்றத்தில் வழக்கு தொடுப்பதற்கு, அரசு பணியாளரை அவரது பதவியில் இருந்து நீக்குவதற்கு உரிய அதிகாரம் படைத்த அதிகாரியிடமிருந்து இசைவாணை பெற வேண்டும்.

எல்லை வரையறை

DVAC & Tamil Nadu Police

2018 ஆம் ஆண்டு திருத்தப்பட்ட 1988 ஆம் ஆண்டுக்கான ஊழல் தடுப்புச் சட்டம் மற்றும் இந்திய தண்டனை சட்டம் ஆகிய சட்டங்களுக்கு எதிரான

சதித்திட்டம் அல்லது குற்ற செயலகளுக்கு ஆதரவளித்தல் அல்லது தூண்டுதல் போன்ற குற்றச்செயல்களுக்கு எதிரான விசாரணைகளை செயல்படுத்துவது ஊழல் தடுப்பு மற்றும் கண்காணிப்பு இயக்குநரகத்தின் பொறுப்பாகும். அரசு பணியாளர்கள் சம்பந்தப்பட்ட ஏனைய அனைத்து குற்றங்களும் காவல் துறையால் விசாரிக்கப்படும்.

குற்றங்கள் இரண்டு பிரிவுகளிலும் சம்பந்தப்பட்டதாக இருக்கும் நேர்வில், முக்கிய குற்றத்தின் தன்மையைப் பொறுத்து ஊழல் தடுப்பு மற்றும் கண்காணிப்பு இயக்குநரகம் அல்லது காவல் துறை விசாரணையை கையாளும்.

DVAC & CBI

டெல்லி சிறப்பு காவல்துறை நிறுவன சட்டத்தின் 3வது பிரிவின் கீழ் மத்திய அரசால் அறிவிக்கப்பட்ட அனைத்து குற்றங்களையும் விசாரிப்பதற்கு மத்திய புலனாய்வுக்குழு (CBI) அதிகாரம் பெற்றுள்ளது. மத்திய புலனாய்வுக் குழுவின்,

நிருவாக ஏற்பாட்டின் கீழ், மாநில அரசின் சில பணியாளர்களும் வழக்குகளில் ஈடுபட்டுள்ளனர் எனும் நிலையில் மத்திய அரசு பணியாளர்கள் அல்லது மத்திய அரசு தொடர்புடைய விவகாரங்களின் மீதான குறிப்பிடத்தக்க மற்றும் இன்றியமையாத வழக்குகளை புலனாய்வு செய்யவும் அதிகாரம் அளிக்கப்படுகிறது. மத்திய புலனாய்வுக் குழு மாநில காவல்துறைக்கு நிலைமையைத் தெரிவித்த பின்னர் மாநில காவல்துறை விசாரணைக்கு தேவையான உதவிகளை வழங்கும்.

அதேபோல, மத்திய அரசின் சில பணியாளர்களும் வழக்குகளில் ஈடுபட்டுள்ளனர் எனும் நிலையில் மாநில அரசு பணியாளர்களர்கள் அல்லது மாநில அரசு தொடர்புடைய விபரங்கள் மீதான குறிப்பிடத்தக்க மற்றும் இன்றியமையாத வழக்குகளை ஊழல் தடுப்பு மற்றும் கண்காணிப்பு இயக்குநரகம் உள்ளிட்ட மாநில முகமைகள் மேற்படி வழக்குகளை விசாரிக்கும். இருப்பினும், விசாரணை யின்போது, மத்திய அரசு அதிகாரிகளின் தலையீடு குறித்த தகவலை, மத்திய புலனாய்வுக் குழுவுக்கு மாநில முகமை தெரிவிக்கும். தேவைப்படுமாயின், மாநில முகமைக்கு தேவையான உதவிகளை மத்திய புலனாய்வுக் குழு அளிக்கும்.

விசாரணைகள் மற்றும் விசாரணைகளின் பதிவு

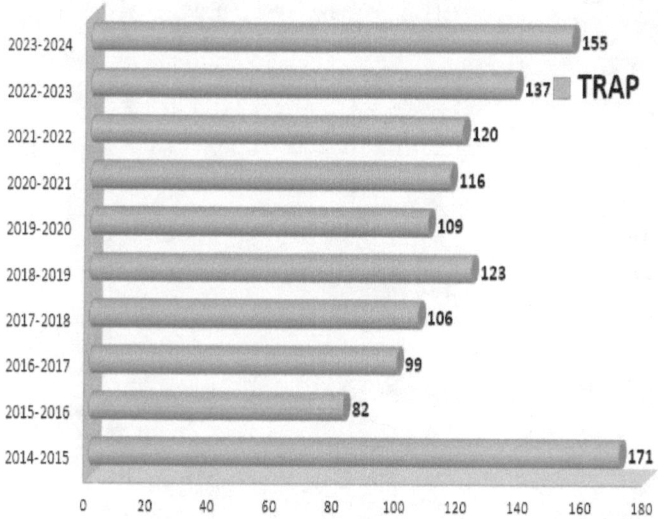

தண்டனைகள் ஆண்டு வாரியான புள்ளிவிவரங்கள்

Sl.No.	Year	Total Cases
1.	2014 - 2015	35
2.	2015 - 2016	46
3.	2016 - 2017	79
4.	2017 - 2018	103
5.	2018 - 2019	115
6.	2019 - 2020	102
7.	2020 - 2021	41
8.	2021 - 2022	51
9.	2022 - 2023	105
10.	2023 - 2024	94

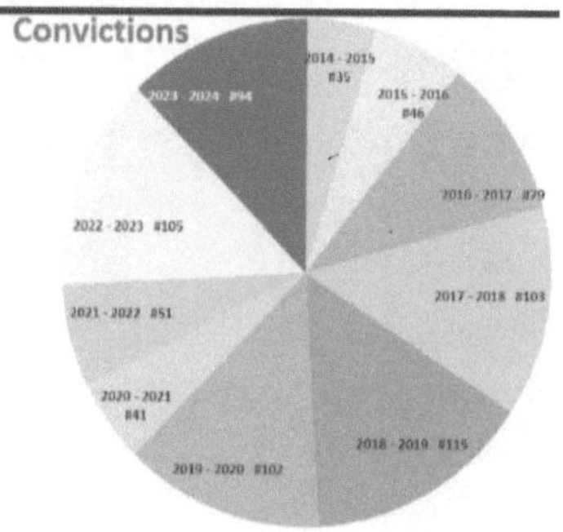

சம்பந்தப்பட்ட அதிகாரிகளின் எண்ணிக்கை துறை வாரியாக

DEPARTMENT	2016-2017 NO.OF PERSONS INVOLVED			2017-2018 NO.OF PERSONS INVOLVED			2018-2019 NO.OF PERSONS INVOLVED			2019-2020 NO.OF PERSONS INVOLVED		
	PE & DE	RC	TRAP	PE & DE	RC	TRAP	PE & DE	RC	TRAP	PE & DE	RC	TRAP
AAVIN	-	-	-	-	-	-	-	-	-	-	2	-
ADI-DRAVIDAR WELFARE	8	-	-	16	4	-	9	5	-	4	4	-
AGRICULTURE	5	-	12	13	1	1	4	12	4	1	35	1
ANIMAL HUSBANDARY	-	-	-	3	5	-	-	2	1	-	12	-
COMMERCIAL TAX	25	-	1	15	-	2	7	1	-	3	6	-
CO-OPERATIVE	44	7	-	38	12	8	8	21	1	-	36	1
DRUGS CONTROL	-	-	-	-	-	-	-	-	-	-	-	1
EDUCATION	74	-	-	53	26	4	7	22	5	38	18	5
EMPLOYMENT & TRAINING	1	-	-	-	-	-	-	-	-	-	1	-
FIRE SERVICES	-	-	-	-	-	-	2	1	4	-	3	-
FOREST	24	2	-	4	10	3	5	14	3	12	5	1
GEOLOGY & MINING	-	-	-	-	-	-	-	-	-	-	11	-
HANDLOOMS & TEXTILES	-	-	-	-	-	-	13	9	-	5	-	-
HIGHWAYS	-	-	-	-	-	-	4	2	-	1	1	-
HORTICULTURE	-	-	-	-	-	-	-	-	-	2	3	1
HOUSING	-	-	-	-	-	-	5	3	4	-	8	3
HR & CE	-	-	-	7	-	-	2	19	-	8	-	-
INDUSTRIES & COMMERCE	5	-	-	-	-	-	3	1	3	2	1	-
LABOUR	-	1	-	0	9	1	1	1	2	-	10	3
LOCAL BODIES	-	11	-	-	60	12	4	26	13	12	29	14
LOCAL FUND AUDIT	-	-	-	-	-	-	-	-	-	1	-	-
MEDICAL	5	1	-	23	4	-	7	11	-	20	17	1
POLICE	74	18	-	47	32	15	34	12	8	8	36	12
PRISON	-	-	-	-	-	-	1	-	-	-	-	-
PUBLIC	3	-	-	-	-	-	10	-	-	1	1	-

PUBLIC HEALTH	8	1	1	1	10	-	3	3	4	-	21	1
PUBLIC WORKS	10	-	-	34	-	1	22	20	3	-	6	-
RURAL DEVELOPMENT	164	33	34	110	140	10	36	121	15	57	135	6
REVENUE	155	17	19	72	46	28	40	20	32	26	57	37
REGISTRATION	43	12	2	44	74	6	31	68	7	12	200	5
SOCIAL WELFARE	-	-	-	13	-	6	3	8	3	4	19	7
SURVEY	29	13	-	9	1	6	6	-	10	3	2	9
TANGEDCO	31	8	-	37	12	19	25	12	21	2	18	19
TASMAC	-	1	-	-	-	-	1	9	2	-	32	2
TN ADI-DRAVIDAR HOUSING DEVP.CORP.	-	-	-	-	-	-	-	-	-	5	-	-
TNCSC	-	-	-	-	-	-	-	-	-	-	11	-
TNHB	3	-	-	-	-	-	-	-	-	-	-	-
TNPCB	-	-	1	-	-	-	6	4	-	3	5	-
TNWHC	-	-	-	-	-	-	-	-	-	-	-	-
TOWN PANCHAYAT	-	2	1	-	-	-	14	7	5	2	19	2
TOWN COUNTRY PLANNING	-	-	-	-	-	-	2	5	7	-	15	6
TRANSPORT	21	-	-	25	124	5	10	68	2	25	245	2
TREASURIES & ACCOUNTS	-	-	-	-	-	-	-	-	2	-	-	-
TWAD	-	-	-	1	-	-	-	-	-	-	-	-
MISCELLANEOUS	303	127	54	329	110	14	44	26	9	29	11	7
TOTAL	294	1033	145	1043	221	125	893	680	141	982	250	94

DEPARTMENT	2020-2021 NO.OF PERSONS INVOLVED			2021-2022 NO.OF PERSONS INVOLVED			2022-2023 NO.OF PERSONS INVOLVED			2023-2024 NO.OF PERSONS INVOLVED		
	PE & DE	RC	TRAP	PE & DE	RC	TRAP	PE & DE	RC	TRAP	PE & DE	RC	TRAP
AAVIN	8	4	2	4	-	-	1	-	-	-	-	-
ADI-DRAVIDAR WELFARE	6	18	-	10	4	-	1	10	-	12	20	-
AGRICULTURE	7	16	1	6	16	-	14	8	-	1	1	1
ANIMAL HUSBANDARY	-	3	-	7	-	-	-	-	-	-	-	-
COMMERCIAL TAX	2	3	1	7	8	2	-	10	2	-	3	1
CO-OPERATIVE	8	39	4	5	18	3	-	18	1	4	14	1
DRUGS CONTROL	-	-	-	-	-	-	-	-	-	-	-	-
EDUCATION	18	20	2	13	25	1	4	16	1	27	28	1
EMPLOYMENT & TRAINING	-	-	-	-	-	-	-	-	-	-	-	-
FIRE SERVICES	-	5	1	1	3	-	-	-	-	-	2	-
FOREST	8	1	-	26	13	-	3	-	-	-	-	-
GEOLOGY & MINING	-	-	-	2	16	-	-	-	-	8	-	-
HANDLOOMS & TEXTILES	-	-	-	-	6	-	-	-	-	-	-	-
HIGHWAYS	8	7	-	2	8	-	6	9	4	-	12	-
HORTICULTURE	-	5	-	-	1	-	-	-	-	-	-	-
HOUSING	-	1	-	-	-	-	-	-	-	-	-	-
HR & CE	1	2	3	2	6	-	-	-	4	-	3	-
INDUSTRIES & COMMERCE	1	1	-	3	-	-	2	3	-	-	6	-
LABOUR	2	21	4	3	-	-	-	-	2	-	4	3
LOCAL BODIES	40	28	12	51	59	6	11	15	7	36	73	21
LOCAL FUND AUDIT	-	5	-	-	-	-	-	-	-	-	-	-
MEDICAL	6	12	-	3	4	-	3	12	-	12	-	2
POLICE	21	20	15	16	8	7	27	8	11	31	26	10
PRISON	-	-	-	-	-	-	-	-	-	-	-	-
PUBLIC	-	-	-	27	34	-	15	19	-	13	6	-

PUBLIC HEALTH	5	3	3	1	7	-	-	-	-	-	-	-
PUBLIC WORKS	6	2	-	5	14	-	4	18	2	8	18	2
RURAL DEVELOPMENT	143	185	10	195	203	11	115	89	20	139	130	22
REVENUE	35	59	43	16	40	48	30	37	60	28	24	70
REGISTRATION	9	197	14	49	108	10	30	49	10	17	71	8
SOCIAL WELFARE	2	29	1	4	7	2	-	2	4	1	-	4
SURVEY	-	5	8	5	-	15	5	3	15	2	1	18
TANGEDCO	6	25	24	7	6	25	10	22	20	10	5	26
TASMAC	1	61	2	-	28	-	-	2	1	-	-	-
TN ADI-DRAVIDAR HOUSING DEVP.CORP.	-	-	-	3	-	-	-	-	-	-	-	-
TNCSC	-	14	2	2	-	15	-	-	-	-	-	-
TNHB	-	-	-	-	-	-	-	-	4	-	-	3
TNPCB	-	4	1	-	-	-	6	-	-	-	-	-
TNWHC	-	-	-	2	-	-	-	-	-	-	-	-
TOWN PANCHAYAT	7	27	-	11	48	-	13	45	-	23	21	3
TOWN COUNTRY PLANNING	3	18	4	5	8	-	3	9	-	51	7	-
TRANSPORT	5	161	-	14	115	3	6	25	-	4	15	2
TREASURIES & ACCOUNTS	-	-	-	-	-	-	-	-	-	-	-	-
TWAD	-	-	-	1	-	-	6	-	-	-	-	-
MISCELLANEOUS	11	28	14	26	27	8	36	42	10	44	47	11
TOTAL	374	1029	171	534	840	156	351	471	181	471	537	209

விசாரணைகள்
அகில இந்திய குடிமைப்பணி அதிகாரிகள் மீதான வழக்குகள்

Year	PE	DE	RC	Total
2014-2015	-	2	-	2
2015-2016	-	1	-	1
2016-2017	2	-	-	2
2017-2018	4	2	1	7
2018-2019	2	-	-	2
2019-2020	-	-	-	-
2020-2021	-	-	-	-
2021-2022	-	2	2	4
2022-2023	-	-	-	-
2023-2024	-	1	2	3

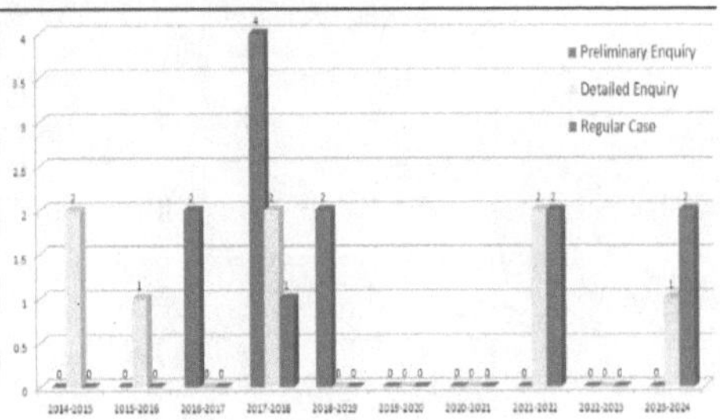

31.03.2024 வரையிலான நிலுவையில் உள்ள விசாரணை / தீர்ப்பாயம் மற்றும் துறை விசாரணைகளின் நிலை

வரிசை எண்	விவரங்கள்	மொத்த வழக்குகள்
1.	நீதிமன்ற விசாரணை நிலுவையில் உள்ள வழக்குகளின் எண்ணிக்கை	1462
2.	நீதிமன்ற விசாரணையை எதிர்கொள்ளும் நபர்களின் எண்ணிக்கை	3381
3.	நிலுவையில் உள்ள தீர்ப்பாய விசாரணைகளின் எண்ணிக்கை	604
4.	தீர்ப்பாய விசாரணையை எதிர்கொள்ளும் நபர்களின் எண்ணிக்கை	1485
5.	நிலுவையில் உள்ள துறை ரீதியான விசாரணைகளின் எண்ணிக்கை	816
6.	துறை ரீதியான விசாரணைகளை எதிர்கொள்ளும் அலுவலர்களின் எண்ணிக்கை	5563

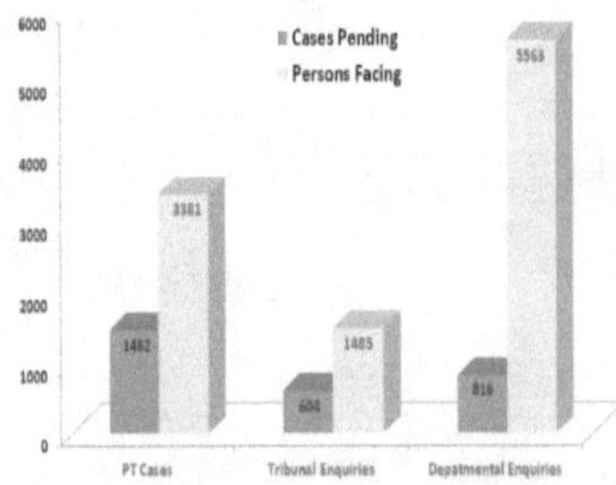

அடிக்கடி கேட்கப்படும் கேள்விகள் FAQ

1. ஊழல் தடுப்பு மற்றும் கண்காணிப்பு இயக்ககத்தின் பின்புல சுருக்கம்.

1964 ஆம் ஆண்டு, ஊழல் தடுப்பு குறித்த சந்தானம் கமிட்டியின் பரிந்துரையின் பேரில், மத்திய அரசால் சுதந்திரமாக செயல்படக்கூடிய வகையில் கண்காணிப்பு ஆணையம் அமைக்கப்பட்டது. மத்திய

மாதிரியைப் போன்ற கண்காணிப்பு ஆணையங்கள் பெரும்பாலான மாநிலங்களில் அமைக்கப்பட்டன. அதன்படி, 26.03.1964 அன்று ஊழல் தடுப்பு மற்றும் கண்காணிப்பு இயக்குநரகத்தை தமிழ்நாடு அரசு அமைத்தது.

2. ஊழல் தடுப்பு மற்றும் கண்காணிப்பு இயக்ககத்தை மேற்பார்வை செய்பவர் யார்?

3. எவ்வகையான வழக்குகள்/விசாரணைகள் ஊழல் தடுப்பு மற்றும் கண்காணிப்பு இயக்ககத்தால் மேற்கொள்ளப்படுகின்றன?

4. ஊழல் தடுப்பு மற்றும் கண்காணிப்பு இயக்குநரகம் வழக்குகள் / விசாரணைகளை எவ்விதம் பதிவு செய்கிறது?

5. ஊழல் தடுப்பு மற்றும் கண்காணிப்பு இயக்ககத்தின் கீழ் வருபவர்கள் யார்?

6. பொறி வைத்து பிடித்தல் என்றால் என்ன? அரசு ஊழியரை ஊழல் தடுப்பு மற்றும் கண்காணிப்பு இயக்ககம் பொறி வைத்து பிடித்தது என்ற செய்தியை அவ்வப்போது செய்தித்தாள்களில் படிக்கிறோம்.

7. பொறி வைத்து பிடிப்பதற்கு பயன்படுத்தப்படும் பணத்தை யார் வழங்குகிறார்கள்?

8. பொறி வைத்து பிடிப்பதற்காக புகார்தாரரால் கொடுக்கப்பட்ட பணம் என்னவாகும்?

9. ஊழல் தடுப்பு மற்றும் கண்காணிப்பு இயக்ககத்திற்கு தகவல் / புகார் கொடுக்கும் ஒருவரின் அடையாளத்தைக் குறிப்பிடுவது அவசியமா?

10. ஊழல் தடுப்பு மற்றும் கண்காணிப்பு இயக்ககம், தானாக முன்வந்து யாதொரு குற்றத்தையும் விசாரிக்க முடியுமா?

11. தற்போது எவ்வகையான குற்றங்களை ஊழல் தடுப்பு மற்றும் கண்காணிப்பு இயக்க்கம் விசாரிக்கிறது?

12. ஊழல் தடுப்பு மற்றும் கண்காணிப்பு இயக்ககத்தில் உள் கண்காணிப்பு ஏதேனும் அமைக்கப்பட்டுள்ளதா?

13. வருமானத்திற்கு மீறி சொத்து சேர்த்தல் வழக்கு என்றால் என்ன?

14. ஊழல் செய்யும் அரசு ஊழியர்கள் ஆடம்பரமான வாழ்க்கை முறையை கடைப்பிடிப்பதையும், அவர்களின் சக்திக்கு அப்பாற்பட்ட சொத்துக்களை வைத்திருப்பதையும் நாம் அடிக்கடி காண்கிறோம். ஊழல் தடுப்பு மற்றும் கண்காணிப்பு இயக்ககம் அத்தகைய பொது ஊழியர்கள் மீது நடவடிக்கை எடுக்க முடியுமா?

15. தவறான குற்றவியல் நடத்தை என்றால் என்ன?

16. புகார்/தகவல் வழங்குவதற்கு ஊழல் தடுப்பு மற்றும் கண்காணிப்பு இயக்ககத்திடம் ஏதேனும் படிவம் உள்ளதா?

17. உயர் பதவிகளில் இருக்கும் அரசு ஊழியர்கள் நேரடியாக இலஞ்சம் கேட்பதோ அல்லது வாங்குவதோ இல்லை. மாறாக அவர்கள், தரகர் அல்லது இடைத்தரகர்கள் மூலம் லஞ்சம் வாங்குகிறார்கள் என்று அடிக்கடி கேள்விப்படுகிறோம். ஊழல் தடுப்பு மற்றும் கண்காணிப்பு இயக்ககம், அத்தகைய மோசடி செய்பவர்கள் அல்லது இடைத்தரகர்கள் மீதும் நடவடிக்கை எடுக்குமா?

18. அரசு ஊழியர்களுக்கு எதிரான ஊழல் புகார்களுக்கு மாவட்டங்களிலுள்ள ஊழல் தடுப்பு மற்றும் கண்காணிப்புத் துறையின் பிரிவுகளை

எவ்வாறு அணுகலாம்?

19. ஊழல் மற்றும் கடுமையான குற்றங்களுக்கு எதிராக வாய்வழி தகவல் மற்றும் தகவல் கொடுப்பவர்களை ஊழல் தடுப்பு மற்றும் கண்காணிப்புத் துறை எவ்வாறு கையாளுகிறது?

20. லஞ்சம் வாங்குவது மட்டுமல்ல, லஞ்சம் கொடுப்பதும் சட்டப்படி குற்றம் என்று அடிக்கடி கேள்விப்பட்டிருக்கிறோம். அப்படியானால், லஞ் சப் பணத்தைக் கோரும் அலுவலர்களிடம் பொறி வைத்து பணத்தைக் கொடுக்கும் புகார்தாரரும் குற்றம் சாட்டப்பட்டவர் அல்லவா?

21. நேர்மையான அரசு ஊழியருக்கு ஒருவர் லஞ்சம் கொடுக்கும்போது அவர் என்ன செய்ய வேண்டும்?

22. ஊழல் தடுப்பு மற்றும் கண்காணிப்புத் துறையானது வழக்குகளின் விசாரணைக்காக ஏன் அதிக காலத்தை எடுத்துக்கொள்கின்றது?

23. குற்றம் பற்றிய தகவல் / புகாரை அளிக்க ஒரு நபர் ஊழல் தடுப்பு மற்றும் கண்காணிப்புத் துறையின் பிரிவை நேரடியாக அணுகுவது அவசியமா?

24. மத்திய குற்றப் புலனாய்வு செயலகம் விசாரிக்கும் வழக்குகளுக்கும் ஊழல் தடுப்பு மற்றும் கண்காணிப்புத் துறை விசாரிக்கும் வழக்குகளின் தன்மைக்கும் என்ன வித்தியாசம்?

25. ஊழல் தடுப்பு மற்றும் கண்காணிப்புத் துறையானது இலஞ்சம் கொடுக்க விரும்புபவர் மற்றும் லஞ்சம் வாங்குபவர் மீது ஒரே நேரத்தில் நடவடிக்கை எடுத்த வழக்குகள் உள்ளதா?

26. குற்றத்தைப் பதிவு செய்ய ஊழல் தடுப்பு மற்றும் கண்காணிப்பு துறையை அணுகுவதற்கான சில

பொதுவான வழிகாட்டுதல்களை நீங்கள் பதிவேற்றம் செய்ய முடியுமா?

27. தகவல் அளிப்பவர்களுக்கு ஊழல் தடுப்பு மற்றும் கண்காணிப்பு துறையானது ரொக்கப் பரிசு வழங்குகிறதா?

28. புகார்தாரர் இலஞ்ச பணத்தை ஏற்பாடு செய்ய முடியாத அளவுக்கு ஏழையாக இருந்தால், லஞ்சம் கேட்கும் அரசு ஊழியர் மீது யாதொரு நடவடிக்கையும் எடுக்க முடியாது என்று அர்த்தமா?

29. ஊழல் தடுப்பு மற்றும் கண்காணிப்புத் துறையினால் தொடரப்பட்ட குற்ற வழக்குகளில் தண்டனை விகிதம் என்ன?

30. அதிரடி சோதனை என்றால் என்ன?

31. ஒருவர் எப்படி ஊழல் தடுப்பு மற்றும் கண்காணிப்பு துறையில் சேரலாம்?

32. ஊழல் தடுப்பு மற்றும் கண்காணிப்பு துறையின் பணியாளர்கள் ஏதேனும் சிறப்பு ஊக்கத்தொகை பெறுகிறார்களா?

எங்களை தொடர்பு கொள்வதற்கு

ஊழலுக்கு எதிரான போராட்டத்தில் எங்களுடன் சேருங்கள்

தமிழ்நாடு ஊழல் தடுப்பு மற்றும் கண்காணிப்புத்துறை, உங்கள் ஆலோசனைகளை வரவேற்கிறது. மேலும் இந்த இணையதளத்தின் வழியே உங்களுடன் தொடர்புகொள்ள ஆவலுடன் எதிர்பார்த்துக் கொண்டிருக்கிறது.

மாநில அரசு துறைகள் மற்றும் மாநில பொதுத்துறை நிறுவனங்களில் ஊழல் தொடர்பான தகவல்களை,தமிழ்நாடு ஊழல் தடுப்பு மற்றும்

கண்காணிப்புதுறை வரவேற்கிறது. இணையதளத்தின் வழியே இந்த தகவல்களை அனுப்பலாம்.

தகவல் தருபவர்களின் அடையாளம், அவர்கள் விருப்பத்திற்கேற்ப இரகசியமாக வைக்கப்படும்.

தமிழ்நாட்டின் ஒவ்வொரு மாவட்டத்திலும் ஒரு துணை காவல் கண்காணிப்பாளர் தலைமையில் ஒரு பிரிவு அலுவலகம் செயல்படுகிறது. அங்கு எழுத்துப்பூர்வமாக புகார் அளிக்க முடியும். புகாரை தபால், தொலைநகல், அல்லது மின்னஞ்சல் முலமாகவும் அனுப்பலாம்.

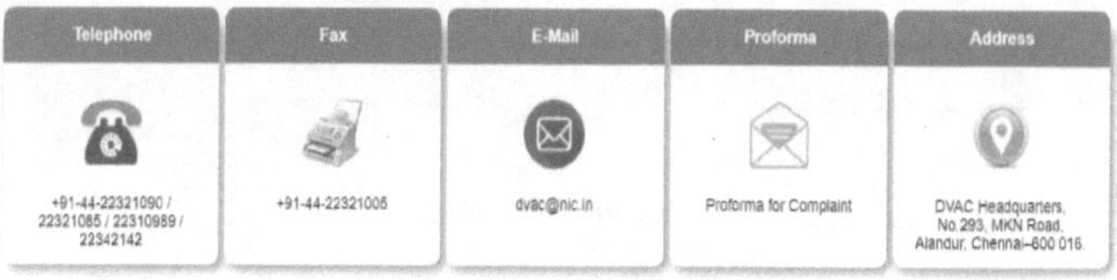

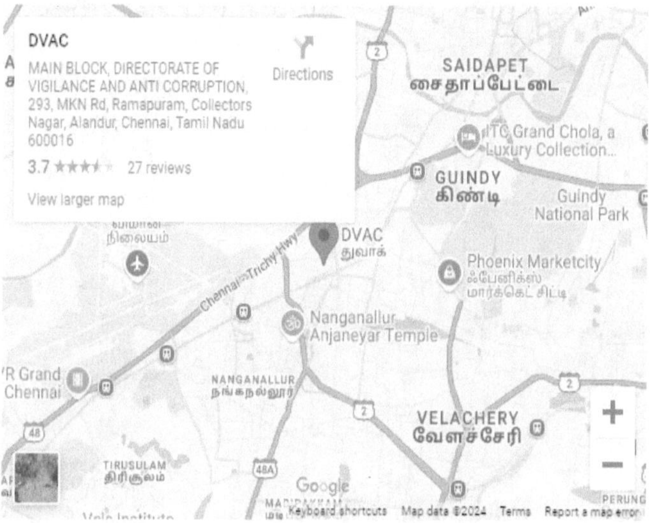

Detachment	Officer	Address	Contact Nos.
Headquarters	Control Room	No.293, MKN Road, Alandur, Chennai–16.	044-22321090 / 22321085 044-22310989 / 22342142 Fax:044-22321005 dvac@nic.in
Headquarters	Director	No.293, MKN Road, Alandur, Chennai–16.	044-22311049 (Direct) 044-22321090 / 22321085 044-22310989 / 22342142 Fax:044-22311080 dvac@nic.in
Headquarters	Joint Director	No.293, MKN Road, Alandur, Chennai–16.	044-22311052 (Direct) 044-22321090 / 22321085 044-22310989 / 22342142 Fax:044-22321066 jddvac.tnpol@nic.in
Headquarters	Deputy Director	No.293, MKN Road, Alandur, Chennai–16.	044-22311042 (Direct) 044-22321090 / 22321085 044-22310989 / 22342142 Fax:044-22320902 digdvac.tnpol@nic.in
Headquarters	ADSP,Hqrs.	No.293, MKN Road, Alandur, Chennai–16.	044-22311135 (Direct) 044-22321090 / 22321085 044-22310989 / 22342142 adsphqdvac.tnpol@nic.in
Headquarters	DSP,Hqrs.	No.293, MKN Road, Alandur, Chennai–16.	044-22311059 (Direct) 044-22321090 / 22321085 044-22310989 / 22342142 dsphqdvac.tnpol@nic.in

CHENNAI CITY RANGE

Detachment	Officer	Address	Contact Nos.
Chennai City Range	Supdt.of Police	No.293, MKN Road, Alandur, Chennai–16.	044-22321045 (Direct) 044-22321090 / 22321085 044-22310989 / 22342142 spccrdvac.tnpol@gov.in
Chennai City - I	DSP	No.293, MKN Road, Alandur, Chennai–16.	044-22341232 dspcc1dvac.tnpol@nic.in
Chennai City - II	DSP	No.293, MKN Road, Alandur, Chennai–16.	044-22346050 dspcc2dvac.tnpol@nic.in
Chennai City - III	DSP	No.293, MKN Road, Alandur, Chennai–16.	044-22336040 dspcc3dvac.tnpol@nic.in
Chennai City - IV	DSP	No.293, MKN Road, Alandur, Chennai–16.	044-22348010 dspcc4dvac.tnpol@nic.in
Chennai City - V	DSP	No.293, MKN Road, Alandur, Chennai–16.	044-22346080 dspcc5dvac.tnpol@nic.in
Chennai CSU - I	ADSP	No.293, MKN Road, Alandur, Chennai–16.	044-22342877 adspcsudvac.tnpol@nic.in
Chennai CSU - III	ADSP	No.293, MKN Road, Alandur, Chennai–16.	044-22346020 dspcsu3dvac.tnpol@nic.in

NORTH RANGE

Detachment	Officer	Address	Contact Nos.

North Range	Supdt.of Police	No.293, MKN Road, Alandur, Chennai–16.	044-22321090 / 22321085 044-22310989 / 22342142 spnrdvac.tnpol@gov.in
Kancheepuram	DSP	Ragavendra Nagar, Thiruparuthi kundram Road, Kancheepuram – 631 501.	044-27237139 dspkpmdvac.tnpol@nic.in
Thiruvallur	DSP	No.168, J.N.Road, Upstair of Canara Bank, Tiruvallur – 602 001.	044-27667070 tvldvac.tnpol@tn.gov.in
Vellore	DSP	Vasanthapuram Road, Near Railway Gate, Vellore–632001	0416-2220893 dspvlrdvac.tnpol@nic.in
Cuddalore	DSP	No.16, Kaliamman Kovil Street,Opp to ARLM Matric.School, Manjakuppam,Cuddalore–607001	04142-233816 dspcuddvac.tnpol@nic.in
Villupuram	DSP	No.92, Radhakrishnan Salai,VGP Nagar,East Sala Medu,Villuppuram-605401	04146-259216 dspvpmdvac.tnpol@nic.in
Thiruvannamalai	DSP	No.12D, Nethaji Nagar, 8th Street, Vengikkal, Thiruvannamalai-606604.	04175-232619 dsptvmdvac.tnpol@nic.in
Chengalpattu	DSP	Plot No.132, Gangai Street,Mahalakshmi Nagar, Thimmavaram,Chengalpattu-603101.	044-27426055 dspcgldvac.tnpol@gov.in
Tirupathur	DSP	No.92/2D, Kaliyappa Mudaliyar Street,Opp. Sacred Heart College,Tirupathur-635601	04179-299100, dsptptdvac.tnpol@gov.in
Ranipet	DSP	8/1B, Flat No.114, Bharathi Nagar Extn.,3rd Street, Ranipet-632403	04172-299200 dsprptdvac.tnpol@gov.in

Kallakuruchi	DSP	Peruvangur Salai, Neelamangalam, Kallakuruchi-606202	04151-294600 dspkkidvac.tnpol@gov.in

CENTRAL RANGE

Detachment	Officer	Address	Contact Nos.
Central Range	Supdt.of Police	No.293, MKN Road, Alandur, Chennai–16.	044-22321090 / 22321085 044-22310989 / 22342142 spcrdvac.tnpol@nic.in
Trichy	DSP	No.23, Race Course Road, Opp to Government Law College, Thiruchirappalli–620023.	0431-2420166 dsptrydvac.tnpol@nic.in
Karur	DSP	Door No.1/140-1, Archana Nagar, Erode Road, Athur Post, Manmangalam Circle, Karur	04324-225100 kardvac.tnpol@tn.gov.in
Perambalur	DSP	No.29/B, Venkatachalapathi Nagar, New Bus Stand Back Side, Peramballur – 621212.	04328-296407 pbrdvac.tnpol@tn.gov.in
Ariyalur	DSP	No.922, Shasthri Nagar, Anumanthapuram Kayarlabath, Ariyalur - 621729.	04329-228442 dspalrdvac.tnpol@nic.in
Pudukottai	DSP	SF No.6089/8, Alankulam Housing Unit, Opp to Collectorate, Pudukottai–622005.	04322-222355 dsppdkdvac.tnpol@nic.in
Thanjavur	DSP	Tamil University Campus Post, Thanjavur–613010.	04362-227100 dsptnjdvac.tnpol@nic.in

Nagapattinam	DSP	Suriya Nagar, Kadambadi, Nagapattinam – 611 001.	04365-248460 dspngpdvac.tnpol@nic.in
Thiruvarur	DSP	Plot No.12, Thiruvalluvar St., Silambu Nagar, Mannargudi Road, Thiruvarur–610 004.	04366226970 dsptvrdvac.tnpol@tn.gov.in
Mayiladuthurai	DSP	No.17, Old No.73, Besant Nagar, Thamarai Street, Mayiladuthurai-609 001.	04364-299952 dspmlddvac.tnpol@gov.in

SOUTH RANGE

Detachment	Officer	Address	Contact Nos.
Sourth Range	Supdt.of Police	No.293, MKN Road, Alandur, Chennai–16.	044-22311109 (Direct) 044-22321090/22321085 044-22310989/22342142 spsrdvac.tnpol@nic.in
Madurai	DSP	No.165/G, Alalagar koil Main road, Madurai – 625 002.	0452-2531395 dspmdudvac.tnpol@nic.in
Virudhunagar	DSP	Kumarasamy Raja Nagar, Collectorate Campus, Virudhunagar - 626 002.	04562-252678 dspvnrdvac.tnpol@nic.in
Theni	DSP	W-33-21 D, Udaiappa Engg College Road, Karuvel Nayakan Patty, Theni – 625 531	04546-255477 dspthndvac.tnpol@nic.in
Thoothukudi	DSP	2/175, Palayamkottai Main Road, Maravan Madam, Thoothkkudi – 628 101.	0461-2271143 dsptutdvac.tnpol@nic.in
Ramanathapuram	DSP	D-Block, Rameswaram Main Road, Near Customs Office, Ramanathapuram–623 503.	04567-230036 dsprmddvac.tnpol@nic.in

Sivagangai	DSP	3/393, Thirupathur Road, Sivagangai – 630 561.	04575-240222 dspsvgdvac.tnpol@nic.in
Dindugul	DSP	No.576/4, EB Colony, Chettinaykkanpatty, Trichy By-pass Road, Dindugul – 624 004.	0451-2461828 dspdgldvac.tnpol@nic.in
Kaniyakumari	DSP	210/1A, Lourdu Annai Salai, Rajakamangalam Raod, Nagercoil - 629 004.	04652-227339 dspkkmdvac.tnpol@nic.in
Tirunelveli	DSP	No:16/53A-1, Masilamani Nagar, Near Central Jail, Palayamkottai, Tirunelveli – 627 005.	0462-2580908 dsptnvdvac.tnpol@nic.in
Thenkasi	DSP	No.163/11, Rail Nagar 5th Street, Thenkasi-627 811	04633-299544 dsptnkdvac.tnpol@gov.in

WEST RANGE

West Range	Supdt.of Police	No.293, MKN Road, Alandur, Chennai–16.	044-22311036 (Direct) 044-22321090 / 22321085 044-22310989 / 22342142 spwrdvac.tnpol@nic.in
Coimbatore	ADSP	No.4, Ramasamy Nagar, 1st Street, Near Fire Service, Koundanpalayam, Coimbatore – 641 030.	0422-2449550 dspcbedvac.tnpol@nic.in
Thirupur	DSP	No.40, Asher Nagar, 2nd Street, SAP Theatre Backside, Thirupur-641603	+91-9498102078 0421-2482816 dsptprdvac.tnpol@nic.in
Erode	DSP	No.1/2, Kamatchi Amman Koil Street, Karungalpalayam, Erode–638003.	8300038081, 9498105922 0424-2210898 dsperddvac.tnpol@nic.in

The Nilgiris	DSP	Stone House Hill, Maduvana Junction, Kothagiri Road, Nilgiris–643001.	94981 47234 0423-2443962 dspnlgdvac.tnpol@nic.in
Salem	DSP	Corporation Building, Near Armed Reserve Kumarasamy Patti, Salem–636007.	0427-2418735 dspslmdvac.tnpol@nic.in
Dharmapuri	DSP	D.No.3/14, Appavu Nagar, 1st Cross, Back side of Adhiyaman Boys Higher Secondary School, Kumarasamypettai Post, Dharmapuri-636701	04342-260042 dspdpidvac.tnpol@nic.in
Krishnagiri	DSP	Byanapalli Village, Bangalore Main Road, Ramapuram Post, Krishnagiri-635115.	04343- 292275 dspkgidvac.tnpol@nic.in
Namakkal	DSP	No.7/88, Nallipalayam, Upstairs to UCO Bank, Tiruchencodu Main Road, Namakkal-637003.	04286- 281331 dspnmkdvac.tnpol@nic.in

SPECIAL INVESTIGATION

Detachment	Officer	Address	Contact Nos.
Spl.Inv.Cell-I	Inspector General of Police,	No.293, MKN Road, Alandur, Chennai–16.	044-22321099 (Direct) 044-22321025/22321085 044-22310989/22342142 Fax:044-22321025 igpdvac.tnpol@nic.in
Spl.Inv.Cell-II	Inspector General of Police,	No.293, MKN Road, Alandur, Chennai–16.	044-22321099 (Direct) 044-22321025/22321085 044-22310989/22342142 Fax:044-22321025 igpsic2dvac.tnpol@gov.in

Spl.Inv.Cell-I	Supdt.of Police	No.293, MKN Road, Alandur, Chennai–16.	044-22311056 spsicdvac.tnpol@nic.in
Spl.Inv.Cell	ADSP	No.293, MKN Road, Alandur, Chennai–16.	044-22311017 adspsicdvac.tnpol@nic.in
Spl.Inv.Cell-I	DSP	No.293, MKN Road, Alandur, Chennai–16.	044-22320542 dspsic1dvac.tnpol@nic.in
Spl.Inv.Cell-II	DSP	No.293, MKN Road, Alandur, Chennai–16.	044-22321095 dspsic2dvac.tnpol@nic.in

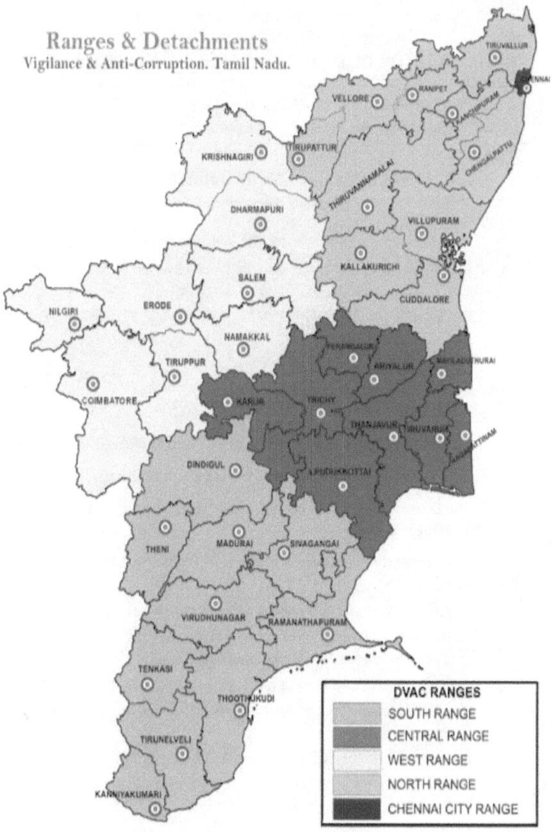

रजिस्ट्री सं० डी० एल०—(एन)04/0007/2003—18 REGISTERED NO. DL—(N)04/0007/2003—18

भारत का राजपत्र
The Gazette of India

असाधारण
EXTRAORDINARY
भाग II — खण्ड 1
PART II — Section 1
प्राधिकार से प्रकाशित
PUBLISHED BY AUTHORITY

सं० 28] नई दिल्ली, बृहस्पतिवार, जुलाई 26, 2018/ श्रावण 4, 1940 (शक)
No. 28] NEW DELHI, THURSDAY, JULY 26, 2018/SHRAVANA 4, 1940 (SAKA)

इस भाग में भिन्न पृष्ठ संख्या दी जाती है जिससे कि यह अलग संकलन के रूप में रखा जा सके।
Separate paging is given to this Part in order that it may be filed as a separate compilation.

MINISTRY OF LAW AND JUSTICE
(Legislative Department)

New Delhi, the 26th July, 2018/*Shravana* 4, 1940 (*Saka*)

The following Act of Parliament received the assent of the President on the 26th July, 2018, and is hereby published for general information:—

THE PREVENTION OF CORRUPTION (AMENDMENT) ACT, 2018

No. 16 of 2018

[26*th July,* 2018.]

An Act further to amend the Prevention of Corruption Act, 1988.

Be it enacted by Parliament in the Sixty-ninth Year of the Republic of India as follows:—

1. (*1*) This Act may be called the Prevention of Corruption (Amendment) Act, 2018. Short title and commencement.

(*2*) It shall come into force on such date as the Central Government may, by notification in the Official Gazette, appoint.

49 of 1988. **2.** In the Prevention of Corruption Act, 1988 (hereinafter referred to as the principal Act), in section 2,— Amendment of section 2.

(*i*) after clause (*a*), the following clause shall be inserted, namely:—

'(*aa*) "prescribed" means prescribed by rules made under this Act and the expression "prescribe" shall be construed accordingly;';

(*ii*) after clause (*c*), the following clause shall be inserted, namely:—

'(*d*) "undue advantage" means any gratification whatever, other than legal remuneration.

Explanation.—For the purposes of this clause,—

(*a*) the word "gratification" is not limited to pecuniary gratifications or to gratifications estimable in money;

(*b*) the expression "legal remuneration" is not restricted to remuneration paid to a public servant, but includes all remuneration which he is permitted by the Government or the organisation, which he serves, to receive.'.

Amendment of section 4.

3. In section 4 of the principal Act, for sub-section (*4*), the following sub-section shall be substituted, namely:—

"(*4*) Notwithstanding anything contained in the Code of Criminal Procedure, 1973, the trial of an offence shall be held, as far as practicable, on day-to-day basis and an endeavour shall be made to ensure that the said trial is concluded within a period of two years: 2 of 1974.

Provided that where the trial is not concluded within the said period, the special Judge shall record the reasons for not having done so:

Provided further that the said period may be extended by such further period, for reasons to be recorded in writing but not exceeding six months at a time; so, however, that the said period together with such extended period shall not exceed ordinarily four years in aggregate.".

Substitution of new sections for sections 7, 8, 9 and 10.

4. For sections 7, 8, 9 and 10 of the principal Act, the following sections shall be substituted, namely:—

Offence relating to public servant being bribed.

"7. Any public servant who,—

(*a*) obtains or accepts or attempts to obtain from any person, an undue advantage, with the intention to perform or cause performance of public duty improperly or dishonestly or to forbear or cause forbearance to perform such duty either by himself or by another public servant; or

(*b*) obtains or accepts or attempts to obtain, an undue advantage from any person as a reward for the improper or dishonest performance of a public duty or for forbearing to perform such duty either by himself or another public servant; or

(*c*) performs or induces another public servant to perform improperly or dishonestly a public duty or to forbear performance of such duty in anticipation of or in consequence of accepting an undue advantage from any person,

shall be punishable with imprisonment for a term which shall not be less than three years but which may extend to seven years and shall also be liable to fine.

Explanation 1.—For the purpose of this section, the obtaining, accepting, or the attempting to obtain an undue advantage shall itself constitute an offence even if the performance of a public duty by public servant, is not or has not been improper.

Illustration.—A public servant, 'S' asks a person, 'P' to give him an amount of five thousand rupees to process his routine ration card application on time. 'S' is guilty of an offence under this section.

Explanation 2.—For the purpose of this section,—

(*i*) the expressions "obtains" or "accepts" or "attempts to obtain" shall cover cases where a person being a public servant, obtains or "accepts" or attempts to obtain, any undue advantage for himself or for another person, by abusing his position as a public servant or by using his personal influence over another public servant; or by any other corrupt or illegal means;

(*ii*) it shall be immaterial whether such person being a public servant obtains or accepts, or attempts to obtain the undue advantage directly or through a third party.

"7A. Whoever accepts or obtains or attempts to obtain from another person for himself or for any other person any undue advantage as a motive or reward to induce a public servant, by corrupt or illegal means or by exercise of his personal influence to perform or to cause performance of a public duty improperly or dishonestly or to forbear or to cause to forbear such public duty by such public servant or by another public servant, shall be punishable with imprisonment for a term which shall not be less than three years but which may extend to seven years and shall also be liable to fine.

Taking undue advantage to influence public servant by corrupt or illegal means or by exercise of personal influence.

8. (*1*) Any person who gives or promises to give an undue advantage to another person or persons, with intention—

Offence relating to bribing of a public servant.

(*i*) to induce a public servant to perform improperly a public duty; or

(*ii*) to reward such public servant for the improper performance of public duty;

shall be punishable with imprisonment for a term which may extend to seven years or with fine or with both:

Provided that the provisions of this section shall not apply where a person is compelled to give such undue advantage:

Provided further that the person so compelled shall report the matter to the law enforcement authority or investigating agency within a period of seven days from the date of giving such undue advantage:

Provided also that when the offence under this section has been committed by commercial organisation, such commercial organisation shall be punishable with fine.

Illustration.—A person, 'P' gives a public servant, 'S' an amount of ten thousand rupees to ensure that he is granted a license, over all the other bidders. 'P' is guilty of an offence under this sub-section.

Explanation.—It shall be immaterial whether the person to whom an undue advantage is given or promised to be given is the same person as the person who is to perform, or has performed, the public duty concerned, and, it shall also be immaterial whether such undue advantage is given or promised to be given by the person directly or through a third party.

(*2*) Nothing in sub-section (*1*) shall apply to a person, if that person, after informing a law enforcement authority or investigating agency, gives or promises to give any undue advantage to another person in order to assist such law enforcement authority or investigating agency in its investigation of the offence alleged against the later.

9. (*1*) Where an offence under this Act has been committed by a commercial organisation, such organisation shall be punishable with fine, if any person associated with such commercial organisation gives or promises to give any undue advantage to a public servant intending—

Offence relating to bribing a public servant by a commercial organisation.

(*a*) to obtain or retain business for such commercial organisation; or

(*b*) to obtain or retain an advantage in the conduct of business for such commercial organisation:

Provided that it shall be a defence for the commercial organisation to prove that it had in place adequate procedures in compliance of such guidelines as may be prescribed to prevent persons associated with it from undertaking such conduct.

(*2*) For the purposes of this section, a person is said to give or promise to give any undue advantage to a public servant, if he is alleged to have committed the offence under section 8, whether or not such person has been prosecuted for such offence.

(*3*) For the purposes of section 8 and this section,—

(*a*) "commercial organisation" means—

(*i*) a body which is incorporated in India and which carries on a business, whether in India or outside India;

(*ii*) any other body which is incorporated outside India and which carries on a business, or part of a business, in any part of India;

(*iii*) a partnership firm or any association of persons formed in India and which carries on a business whether in India or outside India; or

(*iv*) any other partnership or association of persons which is formed outside India and which carries on a business, or part of a business, in any part of India;

(*b*) "business" includes a trade or profession or providing service;

(*c*) a person is said to be associated with the commercial organisation, if such person performs services for or on behalf of the commercial organisation irrespective of any promise to give or giving of any undue advantage which constitutes an offence under sub-section (*1*).

Explanation 1.—The capacity in which the person performs services for or on behalf of the commercial organisation shall not matter irrespective of whether such person is employee or agent or subsidiary of such commercial organisation.

Explanation 2.—Whether or not the person is a person who performs services for or on behalf of the commercial organisation is to be determined by reference to all the relevant circumstances and not merely by reference to the nature of the relationship between such person and the commercial organisation.

Explanation 3.—If the person is an employee of the commercial organisation, it shall be presumed unless the contrary is proved that such person is a person who has performed services for or on behalf of the commercial organisation.

(*4*) Notwithstanding anything contained in the Code of Criminal Procedure, 1973, the offence under sections 7A, 8 and this section shall be cognizable. 2 of 1974.

(*5*) The Central Government shall, in consultation with the concerned stakeholders including departments and with a view to preventing persons associated with commercial organisations from bribing any person, being a public servant, prescribe such guidelines as may be considered necessary which can be put in place for compliance by such organisations.

Person in charge of commercial organisation to be guilty of offence.

10. Where an offence under section 9 is committed by a commercial organisation, and such offence is proved in the court to have been committed with the consent or connivance of any director, manager, secretary or other officer shall be of the commercial organisation, such director, manager, secretary or other officer shall be guilty of the offence and shall be liable to be proceeded against and shall be punishable with imprisonment for a term which shall not be less than three years but which may extend to seven years and shall also be liable to fine.

Explanation.—For the purposes of this section, "director", in relation to a firm means a partner in the firm.".

Amendment of section 11.

5. In section 11 of the principal Act,—

(*i*) in the marginal heading, for the words "valuable thing", the words "undue advantage" shall be substituted;

(*ii*) the words "or agrees to accept" shall be omitted;

(*iii*) for the words "valuable thing", the words "undue advantage" shall be substituted;

(*iv*) for the words "official functions", the words "official functions or public duty" shall be substituted.

Substitution of new section for section 12.

6. For section 12 of the principal Act, the following section shall be substituted, namely:—

"12. Whoever abets any offence punishable under this Act, whether or not that offence is committed in consequence of that abetment, shall be punishable with imprisonment for a term which shall be not less than three years, but which may extend to seven years and shall also be liable to fine.". Punishment for abetment of offences.

7. In section 13 of the principal Act, for sub-section (*1*), the following shall be substituted, namely:— Amendment of section 13.

"(*1*) A public servant is said to commit the offence of criminal misconduct,—

(*a*) if he dishonestly or fraudulently misappropriates or otherwise converts for his own use any property entrusted to him or any property under his control as a public servant or allows any other person so to do; or

(*b*) if he intentionally enriches himself illicitly during the period of his office.

Explanation 1.—A person shall be presumed to have intentionally enriched himself illicitly if he or any person on his behalf, is in possession of or has, at any time during the period of his office, been in possession of pecuniary resources or property disproportionate to his known sources of income which the public servant cannot satisfactorily account for.

Explanation 2.—The expression "known sources of income" means income received from any lawful sources.".

8. For section 14 of the principal Act, the following section shall be substituted, namely:— Substitution of new section for section 14.

"14. Whoever convicted of an offence under this Act subsequently commits an offence punishable under this Act, shall be punishable with imprisonment for a term which shall be not less than five years but which may extend to ten years and shall also be liable to fine.". Punishment for habitual offender.

9. In section 15 of the principal Act, for the words, brackets and letters "clause (*c*) or clause (*d*)", the word, brackets, and letter "clause (*a*)" shall be substituted. Amendment of section 15.

10. In section 16 of the principal Act,— Amendment of section 16.

(*a*) for the words, brackets and figures, "sub-section (*2*) of section 13 or section 14", the words, figures and brackets "section 7 or section 8 or section 9 or section 10 or section 11 or sub-section (*2*) of section 13 or section 14 or section 15" shall be substituted;

(*b*) for the word, brackets and letter "clause (*e*)", the word, brackets and letter "clause (*b*)" shall be substituted.

11. In section 17 of the principal Act, in the second proviso, for the words, brackets, letter and figure "clause (*e*) of sub-section (*1*)", the words, brackets, letter and figure "clause (*b*) of sub-section (*1*)" shall be substituted. Amendment of section 17.

12. After section 17 of the principal Act, the following section shall be inserted, namely:— Insertion of new section 17A.

"17A. (*1*) No police officer shall conduct any enquiry or inquiry or investigation into any offence alleged to have been committed by a public servant under this Act, where the alleged offence is relatable to any recommendation made or decision taken by such public servant in discharge of his official functions or duties, without the previous approval— Enquiry or Inquiry or investigation of offences relatable to recommendations made or decision taken by public servant in discharge of official functions or duties.

(*a*) in the case of a person who is or was employed, at the time when the offence was alleged to have been committed, in connection with the affairs of the Union, of that Government;

(*b*) in the case of a person who is or was employed, at the time when the offence was alleged to have been committed, in connection with the affairs of a State, of that Government;

(*c*) in the case of any other person, of the authority competent to remove him from his office, at the time when the offence was alleged to have been committed:

Provided that no such approval shall be necessary for cases involving arrest of a person on the spot on the charge of accepting or attempting to accept any undue advantage for himself or for any other person:

Provided further that the concerned authority shall convey its decision under this section within a period of three months, which may, for reasons to be recorded in writing by such authority, be extended by a further period of one month.".

Insertion of new Chapter IVA.

13. After Chapter IV of the principal Act, the following Chapter shall be inserted, namely:—

'CHAPTER IV A

ATTACHMENT AND FORFEITURE OF PROPERTY

Provisions of Criminal Law Amendment Ordinance, 1944 to apply to attachment under this Act.

18A. (*1*) Save as otherwise provided under the Prevention of Money Laundering Act, 2002, the provisions of the Criminal Law Amendment Ordinance, 1944 shall, as far as may be, apply to the attachment, administration of attached property and execution of order of attachment or confiscation of money or property procured by means of an offence under this Act. 15 of 2003. Ord. 38 of 1944.

(*2*) For the purposes of this Act, the provisions of the Criminal Law Amendment Ordinance, 1944 shall have effect, subject to the modification that the references to "District Judge" shall be construed as references to "Special Judge".'. Ord. 38 of 1944.

Amendment of section 19.

14. In section 19 of the principal Act, in sub-section (*1*),—

(*i*) for the words and figures "sections 7, 10, 11, 13 and 15", the words and figures "sections 7, 11, 13 and 15" shall be substituted;

(*ii*) in clause (*a*), for the words "who is employed", the words "who is employed, or as the case may be, was at the time of commission of the alleged offence employed" shall be substituted;

(*iii*) in clause (*b*), for the words "who is employed", the words "who is employed, or as the case may be, was at the time of commission of the alleged offence employed" shall be substituted;

(*iv*) after clause (*c*), the following shall be inserted, namely:—

"Provided that no request can be made, by a person other than a police officer or an officer of an investigation agency or other law enforcement authority, to the appropriate Government or competent authority, as the case may be, for the previous sanction of such Government or authority for taking cognizance by the court of any of the offences specified in this sub-section, unless—

(*i*) such person has filed a complaint in a competent court about the alleged offences for which the public servant is sought to be prosecuted; and

(*ii*) the court has not dismissed the complaint under section 203 of the Code of Criminal Procedure, 1973 and directed the complainant to obtain the sanction for prosecution against the public servant for further proceeding: 2 of 1974.

Provided further that in the case of request from the person other than a police officer or an officer of an investigation agency or other law enforcement authority, the appropriate Government or competent authority shall not accord sanction to prosecute a public servant without providing an opportunity of being heard to the concerned public servant:

Provided also that the appropriate Government or any competent authority shall, after the receipt of the proposal requiring sanction for prosecution of a public servant under this sub-section, endeavour to convey the decision on such proposal within a period of three months from the date of its receipt:

Provided also that in case where, for the purpose of grant of sanction for prosecution, legal consultation is required, such period may, for the reasons to be recorded in writing, be extended by a further period of one month:

Provided also that the Central Government may, for the purpose of sanction for prosecution of a public servant, presecribe such guidelines as it considers necessary.

Explanation.—For the purposes of sub-section (*1*), the expression "public servant" includes such person—

(*a*) who has ceased to hold the office during which the offence is alleged to have been committed; or

(*b*) who has ceased to hold the office during which the offence is alleged to have been committed and is holding an office other than the office during which the offence is alleged to have been committed.".

15. For section 20 of the principal Act, the following section shall be substituted, namely:— Substitution of new section for section 20.

"20. Where, in any trial of an offence punishable under section 7 or under section 11, it is proved that a public servant accused of an offence has accepted or obtained or attempted to obtain for himself, or for any other person, any undue advantage from any person, it shall be presumed, unless the contrary is proved, that he accepted or obtained or attempted to obtain that undue advantage, as a motive or reward under section 7 for performing or to cause performance of a public duty improperly or dishonestly either by himself or by another public servant or, as the case may be, any undue advantage without consideration or for a consideration which he knows to be inadequate under section 11.". Presumption where public servant accepts any undue advantage.

16. In section 23 of the principal Act,— Amendment of section 23.

(*a*) in the marginal heading, for the word, figures, brackets and letter "section 13 (*1*) (*c*)", the word, figures, brackets and letter "section 13 (*1*) (*A*)" shall be substituted;

(*b*) for the word, brackets and letter "clause (*c*)", the word, brackets and letter "clause (*a*)" shall be substituted.

17. Section 24 of the principal Act shall be omitted. Omission of section 24.

18. After section 29 of the principal Act, the following section shall be inserted, namely:— Insertion of new section 29A.

"29A. (*1*) The Central Government may, by notification in the Official Gazette, make rules for carrying out the provisions of this Act. Power to make rules.

(*2*) In particular, and without prejudice to the generality of the foregoing power, such rules may provide for all or any of the following matters, namely:—

(*a*) guidelines which can be put in place by commercial organisation under section 9;".

(*b*) guidelines for sanction of prosecution under sub-section (*1*) of section 19;".

(*c*) any other matter which is required to be, or may be, prescribed.

(*3*) Every rule made under this Act, shall be laid, as soon as may be after it is made, before each House of Parliament, while it is in session, for a total period of thirty days which may be comprised in one session or in two or more successive sessions, and if, before the expiry of the session immediately following the session or the successive sessions aforesaid, both Houses agree in making any modification in the rule, or both Houses agree that the rule should not be made, the rule shall thereafter have effect only in such modified form or be of no effect, as the case may be; so, however, that any such modification or annulment shall be without prejudice to the validity of anything previously done under that rule.".

Amendment of Act 15 of 2003.

19. In the Prevention of Money Laundering Act, 2002, in Part A of the Schedule, for Paragraph 8, the following Paragraph shall be substituted, namely:—

"PARAGRAPH 8

OFFENCES UNDER THE PREVENTION OF CORRUPTION ACT, 1988

(49 OF 1988)

Section	Description of offence.
7.	Offence relating to public servant being bribed.
7A.	Taking undue advantage to influence public servant by corrupt or illegal means or by exercise of personal influence.
8.	Offence relating to bribing a public servant.
9.	Offence relating to bribing a public servant by a commercial organisation.
10.	Person in charge of commercial organisation to be guilty of offence.
11.	Public servant obtaining undue advantage, without consideration from person concerned in proceeding or business transacted by such public servant.
12.	Punishment for abetment of offences.
13.	Criminal misconduct by a public servant.
14.	Punishment for habitual offender.".

DR. G. NARAYANA RAJU,
Secretary to the Govt. of India.

UPLOADED BY THE MANAGER, GOVERNMENT OF INDIA PRESS, MINTO ROAD, NEW DELHI–110002
AND PUBLISHED BY THE CONTROLLER OF PUBLICATIONS, DELHI–110054.

GMGIPMRND—1063GI(S3)—26-07-2018.

PROFORMA FOR COMPLAINTS

(Complaints to be made by the public to the Directorate of Vigilance and Anti-Corruption, Tamilnadu, Alandur, Chennai-600016)

1. Name and Father's name of the Complainant :

2. Complainant Address :

3. Name of the officer(s) with designation and official address against whom the complaint is made. :

4. Allegation(s) (to be specified with date, time and place of occurrence. :

5. Name(s) and address(es) of witness(es) if any to speak to the allegation(s) :

6. Document evidence, if any, may be specified. :

7. Any other agency had enquired into the matter earlier, if so the details thereof :

Place : **Signature of the Complainant**

Date :

<u>Note :</u> To facilitate the enquiry into the complaint given above it is desirable that the complainant should give his name and address clearly. **However, it is not mandatory for the complainant to reveal his identity**. But in such a case, the given information should be specific and verifiable.

English

CENTRAL VIGILANCE COMMISSION

केंद्रीय सतर्कता आयोग

ABOUT CENTRAL VIGILANCE COMMISSION

The Central Vigilance Commission (CVC) is an apex governmental body in India that is responsible for promoting integrity, transparency, and accountability in the country's public administration. It was established in 1964 as a result of the recommendations of the Santhanam Committee on Prevention of Corruption.

Azadi Ka Amrit Mahotsav
GOVERNMENT OF INDIA
CENTRAL BUREAU OF INVESTIGATION
INDIA
INDUSTRY IMPARTIALITY INTEGRITY
"Corruption will go when the large number of persons given unworthily to it realize that the nation does not exist for them to exploit but that they exist to serve the nation. This requires morals, and extreme vigilance on the part of those who are free of the taint.
-Mahatma Gandhi

Azadi Ka Amrit Mahotsav
GOVERNMENT OF INDIA
CENTRAL BUREAU OF INVESTIGATION
सत्यमेव जयते
INDUSTRY IMPARTIALITY INTEGRITY
"It means, not collective responsibility among the members on the Treasury Benches alone, but collective responsibility of the whole House as well as of the whole population.
To drive out corruption is not an easy thing. It is an abnormal situation which has to be reduced to normality we must raise the general moral tone as also the tone of the services."
-Sardar Vallabhai Patel

GOVERNMENT OF INDIA

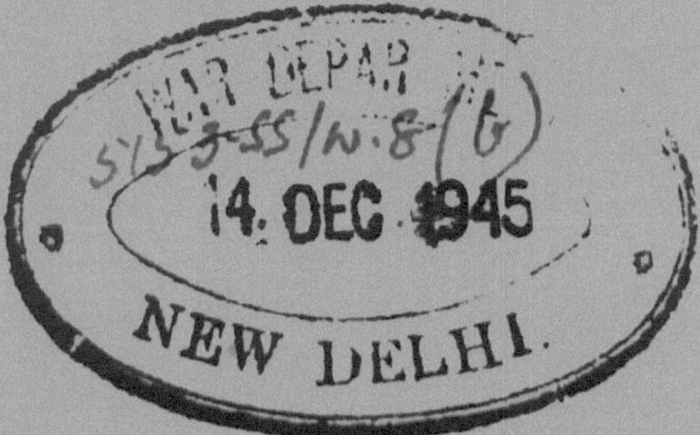

Our **History**

The Special Police Establishment (S.P.E.) was created in 1941, by an executive order to investigate cases of bribery and corruption in transactions with which the War and Supply Department of the Government of India was concerned. Know more about how the CBI came to be formed in 1963.

www.ingramcontent.com/pod-product-compliance
Lightning Source LLC
LaVergne TN
LVHW100331210926
848480LV00003B/1307